ANG PINAKAMAHUSAY VEGAN BAKASYON AKLAT NG LUTUIN

100 Plant-Powered Maligaya Kapistahan para sa Bawat Okasyon

Vicente Delgado

Copyright Material ©2023

Lahat ng Karapatan ay Nakalaan

Walang bahagi ng aklat na ito ang maaaring gamitin o ipadala sa anumang anyo o sa anumang paraan nang walang wastong nakasulat na pahintulot ng publisher at may-ari ng copyright, maliban sa mga maikling sipi na ginamit sa isang pagsusuri . Ang aklat na ito ay hindi dapat ituring na kapalit ng medikal, legal, o iba pang propesyonal na payo.

TALAAN NG MGA NILALAMAN

TALAAN NG NILALAMAN 3
PANIMULA 6
VEGAN AT PLANT-BASED BASE RECIPES 7
   1. VEGAN GRAVY 8
   2. VEGAN STUFFING 10
   3. VEGAN TURKEY 12
   4. VEGAN CRANBERRY SAUCE 14
MGA APPETISER AT MERYENDA 16
   5. STUFFED BELL PEPPERS 17
   6. HOLIDAY PINALAMANAN NA MGA KABUTE 19
   7. OVEN BAKED APPLES 21
   8. INIHURNONG FALAFEL 23
   9. HOLIDAY ENCHILADA 25
   10. ROASTED SQUASH SEEDS 28
   11. POTATO SPINACH BALLS 30
   12. ASUKAL AT SPICE NUTS 32
   13. ROMAN CHEESY POTATO CHIPS 34
   14. VEGAN CRANBERRY AT BRIE BITES 36
   15. POTATO MASH BALLS 38
   16. KAGAT NG KAMOTE 40
   17. TEX-MEX CHEES AT CORNBREAD 42
   18. INIHURNONG KAGAT NG RAVIOLI 44
   19. VEGAN CANDIED YAMS 46
   20. APPLE TREATS 48
PANGUNAHING KURSO 50
   21. SWEET POTATO CASSEROLE 51
   22. OJIBWA BAKED PUMPKIN 53
   23. MGA PANSIT SA BAKASYON 55
   24. BUTTERNUT SQUASH LASAGNA 57
   25. MUSHROOM AT GREEN BEAN CASSEROLE 59
   26. PUMPKIN CHICKPEA COCONUT CURRY 61
   27. HOLIDAY BAKED TEMPEH 63
   28. VEGAN MEATLOAF 65
   29. BUTTERNUT SQUASH LASAGNA 68
SALADS 70
   30. CRANBERRY PECAN SALAD 71
   31. VEGAN CELERY SALAD 73
   32. SQUASH WITH APPLES SALAD 75
   33. CURRIED CAULIFLOWER, GRAPE AT LENTIL SALAD 77
   34. LENTIL AT ZUCCHINI SALAD 79
   35. LENTIL AT APPLE SALAD 81

36. Cranberry Citrus salad 83

MGA SABAW AT LIGA 85
37. Holiday Pumpkin Soup 86
38. Butternut Squash Soup 88
39. Potato Leek Soup 90
40. Parsnip Winter Soup 92
41. Lentil at Butternut Squash Stew 94
42. Cream of Corn Stew 96
43. Pumpkin Chickpea Coconut Curry 98

MGA PANIG 100
44. Sesame Green Beans 101
45. Pan Seared Carrots 103
46. Vegan Scalloped Potatoes 105
47. Mashed Redskin Potatoes 107
48. Cauliflower na may Pears at Hazelnuts 109
49. Corn Custard 111
50. Simple Roast Brussel Sprouts 113
51. Pritong Mais 115
52. Cauliflower na may Cheese Sauce 117
53. Brandy Glazed Carrots 119
54. Holiday Nilagang Singkamas 121
55. Au Gratin Potatoes 123
56. Holiday Creamed Spinach 125
57. Succotash 127
58. Brussels na may pancetta 129
59. Ginisang Leeks na may Parmesan 131
60. Roasted Beets with Citrus 133
61. Molasses Mashed Sweet Potatoes 135
62. Pearl Onion Gratin na may Parmesan 137
63. Kamote at Leek Gratin 139
64. Roasted Mushrooms in a Brown Butter 142
65. Ginisang Mansanas na may Luya 144

DESSERT 146
66. Pecan Pie Ice Cream 147
67. Cinnamon Chip Bread Pudding 149
68. Baked Caramel Apples 151
69. Magpasalamat sa Pumpkin Pie 153
70. Holiday Pumpkin Trifle 155
71. Pumpkin Dump Cake 157
72. Holiday Chia Pudding 159
73. Butternut Squash Mousse 161
74. Southern Sweet Potato Pie 163
75. Sweet Potato at Coffee Brownies 165

76. Holiday Souffle ng mais 167
77. Cranberry Ice Cream 169
78. Walnut Petite 171
79. Holiday Carrot Soufflé 173
80. Pumpkin Flan 175
81. Country Corn Casserole 178
82. Cranberry Pecan Relish 180
83. Potato Hash Cake 182
84. Apple Crunch Cobbler 184
85. Malapot na Amish Caramel Pie 186
86. Mga Dahon ng Taglagas 188
87. Harvest Fruit Compote 190
88. Holiday cranberry pie 192
89. Sparkling Cranberries 194
90. Vegan Pumpkin cake 196
91. Pumpkin cream 198
92. Chocolate-candy cheesecake 200

INUMAN 202

93. Christmas carol punch 203
94. Matamis na Tsaa 205
95. Fresh-squeezed Lemonade 207
96. Blackberry Wine Slushies 209
97. Citrus Sangria 211
98. Pakwan Margaritas 213
99. Pineapple Mimosas 215
100. Fruit Punch 217

KONKLUSYON 219

PANIMULA

Maligayang pagdating sa "ANG PINAKAMAHUSAY VEGAN BAKASYON," ang iyong komprehensibong gabay sa paglikha ng 100 plant-powered festive feast para sa bawat okasyon. Ang cookbook na ito ay isang pagdiriwang ng kagalakan, lasa, at kasaganaan ng pagluluto ng vegan holiday, na nag-aanyaya sa iyong tuklasin ang sari-sari at napakasarap na mundo ng plant-based cuisine. Ikaw man ay isang batikang vegan chef o bago sa plant-powered lifestyle, ang mga recipe na ito ay ginawa para magbigay ng inspirasyon sa iyong gumawa ng maligaya at masasarap na pagkain na magugustuhan ng lahat sa hapag.

Isipin ang isang kapaskuhan na puno ng nakakaakit na aroma ng mga inihaw na nakabatay sa halaman, makulay na side dish, at dekadenteng dessert—na lahat ay nilikha gamit ang kabutihan ng mga sangkap na pinapagana ng halaman. Ang "ANG PINAKAMAHUSAY VEGAN BAKASYON" ay higit pa sa isang koleksyon ng mga recipe; ito ay isang gabay upang gawing masarap, mahabagin, at hindi malilimutan ang bawat pagdiriwang ng kapaskuhan. Nagpaplano ka man ng maaliwalas na Thanksgiving, isang maligaya na Pasko, o anumang espesyal na okasyon sa pagitan, ang cookbook na ito ang iyong dapat na mapagkukunan para sa pagtataas ng iyong holiday table na may mga plant-powered delight. Mula sa mga klasikong holiday roast hanggang sa mga malikhaing appetizer at palabas na dessert, ang bawat recipe ay isang pagdiriwang ng kayamanan, lasa, at kagalakan na hatid ng mga sangkap na nakabatay sa halaman sa iyong mga piyesta. Nagluluto ka man para sa pamilya, mga kaibigan, o nagho-host ng potluck, ipapakita ng mga recipe na ito ang masarap na mundo ng vegan holiday cuisine.

Samahan kami sa pagsisimula namin sa isang paglalakbay sa pagluluto sa pamamagitan ng "ANG PINAKAMAHUSAY VEGAN BAKASYON," kung saan ang bawat paglikha ay isang testamento sa kasaganaan at pagkamalikhain ng pagpapakain na pinapagana ng halaman. Kaya, isuot ang iyong apron, yakapin ang kagalakan ng pagluluto ng vegan holiday, at sumisid tayo sa 100 mga pista na pinapagana ng halaman para sa bawat okasyon.

VEGAN AT PLANT-BASED BASE RECIPES

1. Vegan Gravy

MGA INGREDIENTS:
- 2 tasang sabaw ng gulay
- ¾ kutsarita ng sibuyas na pulbos
- 3 kutsarang nutritional yeast
- 1 kutsarang toyo
- ½ kutsarita ng Dijon mustard
- ¼ tasa ng all-purpose na harina

MGA TAGUBILIN:
a) Idagdag ang lahat ng sangkap sa isang palayok at pakuluan.
b) Haluin sa katamtamang apoy sa loob ng ilang minuto, hanggang sa lumapot ang gravy.
c) Ayos sa mashed patatas.

2. Vegan Stuffing

MGA INGREDIENTS:
- 1 malaking tinapay ng whole-grain na tinapay, nilagyan ng cube at pinatuyo
- ¾ tasa ng lutong berdeng lentil
- 3 kutsarang langis ng oliba o vegan butter
- ½ tasa puting sibuyas, diced
- ¾ tasa ng kintsay, diced
- Asin at paminta
- 3 ½ tasang sabaw ng gulay
- 1 kutsarang flaxseed meal + 2 ½ kutsarang tubig
- ¾ kutsarita ng pinatuyong sambong

MGA TAGUBILIN:
a) Painitin muna ang hurno sa 350 degrees, at lagyan ng foil ang isang 9×13 pan na may nonstick spray.
b) Maghanda ng flax egg sa pamamagitan ng paghahalo ng flaxseed meal at tubig at itabi.
c) Igisa ang sibuyas at celery sa olive oil o vegan butter at timplahan ng kaunting asin at paminta. Lutuin hanggang mabango at translucent, mga 5 minuto. Itabi.
d) Sa mangkok ng tinapay, ibuhos ang karamihan sa sabaw pagkatapos ay idagdag ang mga natitirang sangkap at ihalo sa isang kahoy na kutsara.
e) Ilipat sa inihandang kawali at takpan ng foil.
f) Maghurno ng 45 minuto. Pagkatapos ay alisin ang tuktok na layer ng foil upang ang tuktok ay maging kayumanggi.
g) Dagdagan ang init sa 400 degrees at maghurno para sa isa pang 15 minuto o hanggang sa ang tuktok ay mahusay na kayumanggi at malutong.
h) Alisin sa oven at hayaang lumamig nang bahagya bago ihain.

3.Vegan Turkey

MGA INGREDIENTS:
- 700 g silken tofu
- 6 na kutsarang langis ng gulay
- 2 kutsarita ng patumpik-tumpik na asin sa dagat
- 2 kutsarang puting miso paste
- 2 kutsarita ng suka ng bigas
- 1 kutsarita ng bawang pulbos
- 380 g mahahalagang trigo gluten
- ½ batch ng vegan palaman
- 4 na piraso ng papel na bigas

MGA TAGUBILIN:
a) Painitin muna ang oven sa 170 °C.
b) Ilagay ang lahat ng sangkap ng pabo maliban sa mahahalagang wheat gluten, palaman, at rice paper sa isang high-speed blender at haluin hanggang sa ganap na makinis.
c) Ibalik ang pinaghalo sa blender at idagdag ang mahahalagang wheat gluten. Haluin hanggang magkaroon ng magaspang na masa pagkatapos ay itigil ang blender at hayaang magpahinga ng 10 minuto.
d) Haluin muli nang humigit-kumulang 2 minuto o hanggang ang seitan ay nababanat at gummy.
e) Alisin ang seitan mula sa blender at pindutin ito sa isang parihaba. Idagdag ang palaman sa isang linya pababa sa gitna ng flattened seitan pagkatapos ay igulong ito sa isang silindro. Itabi.
f) Punan ang isang malawak na mangkok ng tubig at magsawsaw ng isang piraso ng papel na bigas ng ilang beses hanggang sa bahagyang basa.
g) Ilagay ang papel na bigas sa ibabaw ng ginulong seitan.
h) Ulitin sa natitirang 3 piraso ng papel na bigas hanggang sa ganap na masakop ang seitan.

4. Vegan Cranberry Sauce

MGA INGREDIENTS:
- 1 tasa ng sariwang cranberry
- 3 kutsara ng agave
- 1 kutsarita ng kanela
- ½ kutsarita ng nutmeg
- 1 orange, tinadtad
- ½ kutsarita ng gadgad na luya

MGA TAGUBILIN:
a) Init ang isang kawali na may kaunting mantika at magdagdag ng isang tasa ng sariwang cranberry. Kaagad na idagdag ang sariwang kinatas na orange juice at lutuin, regular na hinahalo nang humigit-kumulang 5 minuto.
b) Magdagdag ng isang maliit na piraso ng luya, huwag mag-overkill dito dahil ang mga cranberry ay sobrang maasim, kaya ito ay dapat na bigyan ang sarsa ng labis na sukat.
c) Sa sandaling magsimulang malanta ang mga cranberry, idagdag ang kutsarita ng ground cinnamon, at kalahating kutsarita ng nutmeg at kumulo pa. Maaari kang magdagdag ng tubig kung ang mga cranberry ay nagiging masyadong malagkit.
d) Susunod, idagdag ang agave, siguraduhing tikman, dahil ang mga cranberry ay maasim at gusto mong makuha ang matamis na tala nang tama. Baka gusto mong magdagdag ng higit pang agave.
e) Patuloy na kumulo, sa yugtong ito, dapat itong magmukhang isang cranberry jam. Magdagdag ng isang piga ng lemon upang makumpleto ang,
f) Maaari mong idagdag sa isang garapon, palamigin, at iimbak sa refrigerator para sa ibang pagkakataon, o ihain kaagad.

MGA APPETISER AT MERYenda

5. Pinalamanan na Bell Peppers

MGA INGREDIENTS:
- 6 pulang Bell Peppers
- 1 libra na hiniwang mushroom,
- 1 kutsarita ng langis ng niyog
- ½ tasang cornbread crumbs
- 1 kutsarang rice bran oil
- 1 tasang sariwang hilaw na beets, binalatan at gadgad
- ½ sibuyas, hiniwa ng manipis
- 1 tasang sabaw ng gulay

MGA TAGUBILIN:
a) Painitin muna ang oven sa 375°F.
b) Sa isang kawali, init ang langis ng niyog at igisa ang mga kabute.
c) Alisin ang mga tuktok ng bawat paminta. Alisin ang loob ng paminta at linisin ang mga ito.
d) Sa isang mangkok ng paghahalo, pagsamahin ang lahat ng iba pang mga sangkap.
e) Timplahan ng asin at paminta ayon sa panlasa.
f) Maluwag na ilagay ang mga peppers sa pinaghalong at ayusin ang mga ito sa isang baking pan na magkadikit.
g) Maglagay ng 1 pulgada ng mainit na tubig sa ilalim ng kawali.
h) Maghurno ng 45 minuto.

6. Holiday Pinalamanang kabute

MGA INGREDIENTS:
- 8 cremini o puting mushroom s
- ½ tasang cornmeal
- 1 tasang gata ng niyog
- 1 tasang ginutay-gutay na pulang beets
- ½ tasang ginutay-gutay na karot

MGA TAGUBILIN:
a) Alisin ang mga tangkay mula sa mga kabute, i-brush ang mga ito, hugasan ang mga ito, at ilagay ang mga ito nang pabilog sa isang baking sheet upang iprito sa loob ng 5 minuto sa 475 degrees F.
b) Pagsamahin ang mga tangkay ng kabute, cornmeal, beets, carrots, at gata ng niyog sa isang food processor.
c) Lutuin ang palaman f o 5 minuto sa isang kawali . Mash sa isang i-paste .
d) Alisin ang mga takip mula sa oven at sandok ng isang golf ball-sized na scoop ng filling sa bawat takip ng kabute.
e) Painitin muna ang oven sa 400°F at ihurno ang napunong mushroom cap sa loob ng 15 minuto.
f) Alisin sa oven , palamutihan ng basil at ihain kaagad.

7. Oven Baked Apples

MGA INGREDIENTS:
- 4 na mansanas, tinadtad
- 4 na kutsara ng brown sugar
- 1 kutsarita ng blackstrap molasses
- 1 kutsarang organic na puting asukal
- 1/8 kutsarita ng kanela
- 1 kutsarita ng langis ng niyog
- ¼ tasa pinong tinadtad na mga walnut
- 1 kutsarang tinadtad na petsa o pasas
- ¼ tasa ng mainit na tubig

MGA TAGUBILIN:

a) Sa isang mixing dish, pagsamahin ang lahat ng sangkap maliban sa tubig hanggang sa mabuo ang isang paste.
b) Punan ang isang kawali sa kalahati ng tubig at idagdag ang mga mansanas.
c) Idikit ang mga bagay sa gitna ng bawat mansanas
d) Maghurno sa loob ng 30 minuto sa 350 degrees F, tingnan kung lambot gamit ang isang skewer.
e) Ibuhos ang likido sa isang kawali at bawasan ito sa syrup sa pamamagitan ng pagpapakulo nito.
f) Ibuhos ang mga mansanas na may syrup at ihain.

8.Inihurnong Falafel

MGA INGREDIENTS:
- 15-19 ounces lata chickpeas, pinatuyo
- 1 sibuyas, tinadtad
- 2 cloves ng bawang, tinadtad
- 1 kutsarang sariwang perehil na tinadtad
- 2 kutsarang all-purpose na harina
- 1 kutsarita kulantro
- 1 kutsarita ng kumin
- ½ kutsarita baking powder Asin at paminta
- 2 kutsarang langis ng oliba

MGA TAGUBILIN:
a) Painitin muna ang oven sa 350 degrees Fahrenheit.
b) Haluin ang lahat ng sangkap sa isang food processor upang makabuo ng makapal na paste-like consistency.
c) Pagulungin sa mga bola at ilagay sa isang baking dish na nilagyan ng langis.
d) Magluto ng 15-20 minuto, lumiliko sa kalahati.

9. Holiday enchilada

MGA INGREDIENTS:
- ¼ tasa Tinadtad na berdeng sibuyas
- 1 tasa Tinadtad na vegan jack cheese
- 4 onsa Mga pinatuyong berdeng sili
- ¾ tasa yogurt na nakabatay sa halaman
- 2 kutsara Langis
- ½ tasa Tinadtad na sibuyas
- 1 Sibuyas ng bawang, tinadtad
- 2 kutsarita Chili powder
- ⅔ tasa Tomato sauce
- ½ tasa stock ng gulay
- 1 kutsarita kumin
- ¼ kutsarita Asin, kung ninanais
- 8 Mga tortilla ng mais

MAGLINGKOD
- Langis, at sobrang vegan na keso
- Abukado para sa dekorasyon

MGA TAGUBILIN:
a) Painitin muna ang oven sa 375°F.
b) Pagsamahin ang berdeng sibuyas, vegan cheese, chiles, at yogurt na nakabatay sa halaman sa isang pinaghalong ulam at ilagay ito sa isang tabi.
c) Igisa ang sibuyas sa mantika sa isang kawali o kasirola hanggang sa ito ay bahagyang lumambot. Idagdag ang bawang at haluing mabuti. 1 minuto ng pagluluto
d) Idagdag ang chili powder, tomato sauce, sabaw, kumin, at asin. Dalhin sa isang pigsa, pagpapakilos paminsan-minsan. Alisin ang kawali mula sa init.
e) Magprito ng tortillas sa mantika hanggang malambot kaysa malutong.
f) Maglagay ng manipis na layer ng pagpuno sa bawat tortilla at igulong ito.
g) Sa isang baking dish, ilagay ang tahi sa gilid pababa. Ipagpatuloy ang natitirang tortillas.
h) Ikalat ang natitirang sauce sa ibabaw at sa itaas na may karagdagang vegan cheese.
i) Maghurno ng 10-15 minuto.
j) Ihain kasama ng avocado bilang palamuti.

10.Inihaw na Buto ng Kalabasa

MGA INGREDIENTS:
- 2 tasang acorn squash seeds na may pulp
- 1 kutsarang extra-virgin olive oil
- ½ kutsarita ng magaspang na asin

MGA TAGUBILIN:
a) Painitin muna ang oven sa 300 degrees Fahrenheit.
b) Pagsamahin ang lahat ng sangkap sa isang mixing bowl at ikalat sa isang layer sa isang parchment-lined rimmed baking sheet.
c) Maghurno ng 50 hanggang 60 minuto, haluin tuwing 15 minuto hanggang sa ang mga buto ay malutong at ang pulp ay caramelized.
d) Isang llow upang ganap na lumamig, at pagkatapos ay ihain

11.Patatas na Spinach Ball

MGA INGREDIENTS:
- 10 ounces tinadtad spinach
- 3 tasang natirang mashed Potatoes
- 2 itlog ng flax
- ¼ kutsarita ng nutmeg
- ¼ kutsarita ng cayenne pepper
- 1 tasang gadgad na paminta vegan jack cheese
- ½ tasang all-purpose na harina
- Asin at paminta para lumasa

MGA TAGUBILIN:
a) Painitin muna ang oven sa 450°F.
b) Pagsamahin ang patatas, spinach, at flax egg sa isang mangkok hanggang sa makinis . Timplahan ng Nutmeg at cayenne pepper ayon sa panlasa.
c) Ihagis ang vegan cheese at 4 na kutsarang harina. Haluin hanggang ang harina ay maisama na lahat.
d) Ihanda ang natitirang harina sa isang plato at timplahan ng asin at paminta .
e) Gumawa ng 1-pulgadang bola mula sa pinaghalong spinach.
f) Pahiran ng harina ang mga bola at ilagay sa inihandang baking sheet.
g) Palamigin ang tray sa refrigerator sa loob ng 20 minuto.
h) Alisin ang mga bola mula sa refrigerator at bahagyang balutin ito ng cooking spray.
i) Maghurno para sa 12 hanggang 14 minuto, o hanggang sa ginintuang kayumanggi at matibay.
j) Ihain ng plain, o budburan d ng lemon juice.

12. Asukal at Spice Nuts

MGA INGREDIENTS:
- 1 tasang kasoy
- 1 tasang pecan halves
- 1 tasang tuyong inihaw na mani
- ¼ tasa na naka-pack na light brown na asukal
- ½ kutsarita ng giniling na kanela
- ¼ kutsarita ng giniling na pulang paminta
- ½ tasa ng pinatuyong cranberry

MGA TAGUBILIN:
a) Painitin muna ang oven sa 325°F.
b) Gamit ang cooking spray, balutin ang isang rimmed baking sheet.
c) Pagsamahin ang cashews, pecans, at mani sa isang mixing bowl.
d) Magdagdag ng asukal, kanela, at giniling na pulang paminta sa pinaghalong nut.
e) Haluin hanggang ang lahat ng mga mani ay pantay na pinahiran, pagkatapos ay ikalat ang mga ito sa baking sheet sa isang solong layer.
f) Maghurno para sa 18 hanggang 20 minuto, pagpapakilos sa kalahati. Payagan ang paglamig.
g) Ihagis ang mga tuyong cranberry kasama ang mga mani at ihain kaagad.

13. Roman Cheesy Potato Chips

MGA INGREDIENTS:
- 8-onsa na pakete ng potato chips
- 1½ tasang cashew parmesan cheese, pinong gadgad
- 1 kutsarang ground black pepper

MGA TAGUBILIN:
a) Painitin muna ang oven sa 425 degrees Fahrenheit.
b) Isang ayos na potato chips sa iisang layer o na rimmed baking sheet.
c) Iwiwisik nang pantay-pantay ang kalahati ng vegan cheese sa ibabaw ng mga chips.
d) Maghurno sa loob ng 4 na minuto, o hanggang sa matunaw ang vegan cheese at ang mga chips ay nagsisimula pa lamang sa kulay sa paligid ng mga gilid.
e) Alisin mula sa oven at itaas na may natitirang vegan cheese at paminta.
f) Itabi upang palamig bago ilipat sa isang serving bowl.

14. Vegan Cranberry at Brie Bites

MGA INGREDIENTS:
- 2 tasang sariwang cranberry, banlawan
- 1 tasa magandang maple syrup
- 1 tasa ng butil na asukal
- 16 water crackers
- 8 ounces ng vegan brie cheese
- ½ tasa ng sarap ng cranberry
- Sariwang mint, para sa dekorasyon

MGA TAGUBILIN:
a) Sa isang kasirola, init ang syrup at ilagay ang cranberries sa ibabaw.
b) Gamit ang isang kutsara, dahan-dahang paikutin ang lahat ng mga berry. Hayaang lumamig, takpan, at ibabad magdamag sa refrigerator.
c) Alisan ng tubig ang mga cranberry sa isang colander sa susunod na araw.
d) Pagulungin ang kalahati ng mga cranberry sa asukal hanggang sa bahagyang sakop; ulitin sa natitirang cranberries.
e) Ilagay sa isang baking sheet at itabi ng isang oras upang matuyo.
f) Para makagawa, maglagay ng isang slice ng vegan Brie, isang light layer ng cranberry chutney, at apat o limang sugared cranberry sa ibabaw ng crackers.
g) Magdagdag ng sariwang mint sprigs bilang palamuti.

15. Patatas na Mash Ball

MGA INGREDIENTS:
- 3 c ups natirang mashed patatas
- ⅔ c ups ginutay-gutay na vegan cheddar cheese
- 2 kutsarang manipis na hiniwang chives
- ½ kutsarita ng bawang pulbos
- Kosher na asin
- Bagong giniling na itim na paminta
- 2 itlog ng flax
- 1¼ tasang panko bread crumbs
- Langis ng gulay, para sa pagprito

MGA TAGUBILIN:
a) Ihagis ang niligis na patatas na may cheddar, chives, at pulbos ng bawang sa isang halo-halong b owl , tinimplahan ng asin at paminta.
b) Haluin hanggang ang lahat ng mga sangkap ay pinagsama .
c) Ilagay ang flax egg at panko sa dalawang magkahiwalay na mangkok.
d) Mag-scoop ng 1" hanggang 2" na bola ng mashed potato mixture at ilagay ang masa sa isang bola sa iyong mga kamay, pagkatapos ay i-dredge sa flax egg at panko.
e) Sa isang cast iron skillet, magpainit ng 3" ng mantika hanggang sa ang thermometer ng kendi ay magbasa ng 375°.
f) Magprito ng mga bola ng patatas hanggang sa ginintuang kayumanggi sa lahat ng panig, mga 2 hanggang 3 minuto.
g) Patuyuin sa isang platong may papel na may linyang tuwalya at timplahan ng karagdagang asin .

16. Kagat ng kamote

MGA INGREDIENTS:
- 4 kamote, binalatan at hiniwa
- 2 kutsarang tinunaw na mantikilya na nakabatay sa halaman
- 1 kutsarita ng maple syrup
- Kosher na asin
- 10-onsa na bag ng marshmallow
- ½ tasa ng halves ng pecan

MGA TAGUBILIN:
a) Painitin ang oven sa 400 degrees Fahrenheit.
b) Ihagis ang kamote na may tinunaw na mantikilya at maple syrup sa isang baking sheet at ayusin ang mga ito sa pantay na layer. Timplahan ng asin at paminta.
c) Maghurno hanggang malambot, mga 20 minuto, baligtarin ang kalahati. Alisin.
d) Takpan ang bawat pabilog ng kamote na may marshmallow at iprito ng 5 minuto.
e) Ihain kaagad na may kalahating pecan sa ibabaw ng bawat marshmallow.

17. Tex-Mex Chees at Cornbread

MGA INGREDIENTS:
- ½ tasang tinunaw na mantikilya na nakabatay sa halaman
- 1 tasang plant-based buttermilk
- ¼ tasa ng maple syrup
- 1 tasang all-purpose na harina
- 1 tasang dilaw na cornmeal
- 2 ½ kutsarita ng baking powder
- ¼ kutsarita ng kosher na asin
- 6 ounces paminta vegan jack cheese, cubed
- Mga sariwang tinadtad na chives, para sa dekorasyon

MGA TAGUBILIN:
a) Mantikilya ang isang 10- o 12-inch na oven-safe na kawali at painitin ang oven sa 375°.
b) Sa isang mangkok, haluin ang plant-based buttermilk, tinunaw na plant-based butter, at maple syrup.
c) Pagsamahin ang harina, cornmeal, baking powder, at asin sa isang mixing dish. Ibuhos ang mga basang sangkap sa tuyo at haluin hanggang sa maayos ang lahat.
d) Ikalat ang kalahati ng cornbread batter sa preheated skillet at pantay na iwisik ang pepper vegan jack cheese sa ibabaw.
e) Ibuhos ang natitirang batter sa keso, pakinisin ito nang pantay-pantay.
f) Maghurno para sa 25 hanggang 30 minuto, o hanggang sa ginintuang at maluto.
g) Hayaang lumamig sa kawali sa loob ng 5 minuto bago palamutihan ng chives at gupitin sa mga parisukat.

18.Inihurnong kagat ng ravioli

MGA INGREDIENTS:
- 24-onsa na pakete ng vegan Ravioli
- 1 tasang all-purpose na harina
- 1 kutsarita ng plant-based na gatas
- 2 tasang tinimplahan na breadcrumbs
- spray sa pagluluto
- sariwang cashew parmesan cheese para sa dekorasyon
- Opsyonal na paghahatid ng mga sarsa: marinara, rantso, sarsa ng pizza, pesto, sarsa ng vodka.

MGA TAGUBILIN:
a) Painitin muna ang oven sa 450 degrees Fahrenheit.
b) Lutuin ang ravioli ayon sa mga direksyon ng pakete.
c) Pahiran ng cooking spray ang wire rack at ilagay ito sa baking sheet.
d) Sa isang mangkok ng paghahalo, pagsamahin ang harina, at gatas na nakabatay sa halaman ; sa isang hiwalay na mangkok ng paghahalo, pagsamahin ang mga breadcrumb.
e) I-dredge ang bawat ravioli sa harina at ipagpag ang labis na harina.
f) Panghuli, igulong ang ravioli sa mga breadcrumb.
g) I-spray ang magkabilang gilid ng breaded ravioli ng cooking spray bago ito ilagay sa wire rack.
h) Ihurno ang breaded ravioli sa loob ng 20-25 minuto, o hanggang maging golden brown at malutong.
i) Ilabas sa oven at ihain kaagad.

19. Vegan Candied Yams

MGA INGREDIENTS:
- 4 na malalaking garnet na matamis na pulang patatas, tinadtad sa mga bilog
- 2 kutsarang tubig
- 1 tasang light o dark brown sugar
- 1 tasa ng organic na asukal sa tubo
- 1 kutsarang cinnamon powder
- 2 kutsarang vanilla extract
- 2 kutsarang lemon juice
- ¼ tasa ng vegan butter

MGA TAGUBILIN:
a) Ilagay ang mga patatas sa isang malaking mangkok ng paghahalo.
b) Kumuha ng malaking palayok o Dutch Oven at ilagay ito sa ibabaw ng stovetop.
c) Maglagay ng tubig sa ilalim ng kawali. Pagkatapos ay ilagay ang kalahati ng iyong kamote sa iyong palayok.
d) Itaas ang ½ tasa ng organic cane sugar at ½ tasa ng brown sugar.
e) Idagdag ang isa pang layer ng kamote, at itaas ang natitirang ½ tasa ng organic cane sugar at ½ tasa ng brown sugar.
f) Idagdag ang iyong cinnamon powder, vanilla extract, at lemon juice.
g) Hayaang magluto ng 10 minuto.
h) Pagkatapos ng 10 minuto, tanggalin ang takip, at gamit ang iyong kahoy na spatula, i-flip ang tuktok na patatas, siguraduhin na ang tuktok na layer ay nakakadikit sa sugar syrup hangga't maaari.
i) Ilagay muli ang takip sa ibabaw ng kaldero at hayaang basag ang takip at hayaang maluto muli ng mga 25 minuto hanggang sa lumambot ang patatas.
j) Kapag malambot na ang lahat ng patatas, idagdag ang iyong vegan butter at hayaang matunaw ang mantikilya sa mga yams.
k) Ihain kasama ang iyong paboritong vegan Holiday mains para sa isang nakakapunong vegan Holiday na pagdiriwang!

20. Apple Treats

MGA INGREDIENTS:
- 1 tasang almendras, ibabad magdamag
- 1½ tasang malutong na mansanas
- ½ tasa ng buto ng flax – lupa
- 2 petsa, pitted at de-stemmed
- 1 kutsarang lemon juice
- 1 kutsarita grey sea salt
- ½ tasa ng psyllium husk

MGA TAGUBILIN:
a) Haluin ang mga almendras, asin, lemon juice, petsa, at mansanas sa isang food processor. Idagdag ang flax seed at psyllium husk.
b) I-scoop ang mga bahagi ng dough na kasing laki ng bola ng golf, igulong ang mga ito sa mga bola, at ayusin ang mga ito sa isang dehydrator sheet na may 1 pulgada sa pagitan ng mga ito.
c) P sa mga bilugan na tuktok pababa.
d) Mag-dehydrate magdamag sa dehydrator, o maghurno ng 1 oras sa pinakamababang setting na bahagyang nakaawang ang pinto.
e) Alisin ang prutas at protina na meryenda at tingnan kung tibay.

PANGUNAHING PAGKAIN

21. Sweet Potato Casserole

MGA INGREDIENTS:
- 4 ½ libra ng kamote
- 1 tasa ng butil na asukal
- ½ tasa ng vegan butter na pinalambot
- ¼ tasa ng plant-based na gatas
- 1 kutsarita vanilla extract
- ¼ kutsarita ng asin
- 1 ¼ tasa ng cornflakes cereal, dinurog
- ¼ tasa tinadtad na pecan
- 1 kutsarang brown sugar
- 1 kutsarang vegan butter, natunaw
- 1½ tasa ng maliliit na marshmallow

MGA TAGUBILIN:
a) Painitin muna ang oven sa 425 degrees Fahrenheit.
b) Mag-oast ng kamote sa loob ng 1 oras o hanggang malambot.
c) Hatiin ang kamote sa kalahati at i-scoop ang mga loob sa isang mixing dish.
d) Gamit ang electric mixer, talunin ang niligis na kamote, granulated sugar, at ang sumusunod na 5 sangkap hanggang makinis.
e) Ilagay ang pinaghalong patatas sa isang 11 x 7-pulgadang baking dish na nilagyan ng mantika.
f) Sa isang mixing bowl, pagsamahin ang cornflakes cereal at ang susunod na tatlong sangkap.
g) Iwiwisik ang mga hilera sa dayagonal na 2 pulgada ang layo sa ibabaw ng pinggan.
h) Maghurno ng 30 minuto.
i) Sa pagitan ng mga hilera ng cornflakes, iwisik ang mga marshmallow; maghurno ng 10 minuto.

22.Ojibwa Baked Pumpkin

MGA INGREDIENTS:
- 1 kalabasa
- ¼ tasa ng apple cider
- ¼ tasa ng maple syrup
- ¼ tasa ng tinunaw na mantikilya na nakabatay sa halaman

MGA TAGUBILIN:
a) Painitin ang hurno sa 350°F at ihurno ang buong kalabasa sa loob ng ½ oras hanggang 2 oras.
b) Kunin ang pulp at buto mula sa kalabasa at itapon ang mga buto.
c) Punan ang isang casserole dish sa kalahati ng pulp.
d) Pagsamahin ang mga natitirang sangkap sa isang mangkok ng paghahalo at ibuhos sa baking dish kasama ang nilutong kalabasa.
e) Maghurno para sa isa pang 35 minuto .

23. Holiday noodles

MGA INGREDIENTS:
- ⅓ tasa vegan na mantikilya
- 1 tasa Hiniwang manipis na kintsay
- ½ tasa Tinadtad na sibuyas
- 8 tasa Handang ihain na stock ng gulay
- 16-onsa na pakete ng vegan Noodles
- ½ kutsarita Asin, kung ninanais
- ¼ kutsarita Paminta
- ¼ tasa Tinadtad na sariwang perehil
- Parsley sprigs, kung ninanais
- 1 kutsarita Sage

MGA TAGUBILIN:
a) Sa Dutch oven, tunawin ang vegan butter sa katamtamang init. Lutuin ang kintsay at sibuyas hanggang sa lumambot.
b) Idagdag ang sabaw at pakuluan.
c) Idagdag ang noodles, asin, at paminta at ihalo upang pagsamahin.
d) Magluto ng 35 minuto, walang takip, o hanggang maluto ang pansit, pana-panahong pagpapakilos.
e) Magdagdag ng mga sprig ng parsley bilang isang palamuti.

24.Butternut Squash Lasagna

MGA INGREDIENTS:
- 9 lasagna noodles , luto
- 5 tasang mainit-init, tinimplahan na niligis na patatas,
- 24-onsa na pakete ng butternut squash
- 1½ tasa Whipped almond ricotta cheese
- 1 kutsarita ng sibuyas na pulbos
- ½ kutsarita ng nutmeg
- 1 kutsarita ng asin
- ½ kutsarita ng itim na paminta
- 1 tasang French-fried na sibuyas

MGA TAGUBILIN:

a) Painitin muna ang oven sa 350°F.
b) Gamit ang cooking spray, balutin ang isang 9 x 13-inch na baking dish.
c) Paghaluin ang patatas, butternut squash, Whipped almond ricotta cheese, onion powder, nutmeg, asin, at black pepper nang magkasama sa isang mixing bowl.
d) Maglagay ng 3 noodles sa ilalim ng baking dish na inihanda. Ikalat ang ilan sa mga pinaghalong patatas sa ibabaw ng noodles. Ulitin ang mga layer nang dalawang beses.
e) Maghurno ng 45 minuto na may aluminum foil sa itaas; alisin ang foil at maghurno ng isa pang 8 hanggang 10 minuto, o hanggang kayumanggi at uminit.

25. Mushroom at Green Bean Casserole

MGA INGREDIENTS:
- 16-onsa na bag ng green beans, lasaw
- 3 kutsarang harina
- 1 ¾ tasa ng plant-based na gatas
- 8-onsa na pakete ng mushroom, hiniwa
- ½ kutsarita ng asin
- ¼ kutsarita ng itim na paminta
- ¼ cup crumbled Vegan Gorgonzola cheese
- ½ tasang French-fried na sibuyas

MGA TAGUBILIN:
a) Painitin muna ang oven sa 350°F.
b) Gamit ang cooking spray, balutin ang isang 2-quart baking dish.
c) Ayusin ang green beans sa baking dish.
d) Sa isang kasirola, paghaluin ang harina at gatas ng halaman.
e) Idagdag ang mga mushroom, asin, at paminta; dalhin sa kumulo, at lutuin, hinahalo madalas, sa loob ng 4 hanggang 5 minuto, o hanggang lumapot ang sarsa.
f) Paghaluin ang vegan cheese, pagkatapos ay ibuhos ang berdeng beans. Dahan-dahang pukawin ang beans.
g) Magluto ng 15 minuto.
h) Alisin sa oven, takpan ng French-fried onions, at maghurno ng isa pang 10 hanggang 15 minuto, o hanggang sa bumubula.

26. Pumpkin Chickpea Coconut Curry

MGA INGREDIENTS:
- 2 kutsarang langis ng oliba
- ½ tasang sibuyas, diced
- 3 cloves ng bawang, pinindot o tinadtad
- 1 kutsarang luya, gadgad
- 2 at ½ tasa ng kalabasa, binalatan at kubkubin
- 2 at ½ kutsarang pulang curry paste
- 14 ounces lata ng gata ng niyog
- 2 tasa ng broccoli, gupitin sa mga bulaklak
- 1 tasa ng de-latang chickpeas
- ½ tasang kasoy, walang asin
- 1 kutsarang katas ng kalamansi
- ¼ tasa cilantro, tinadtad

MGA TAGUBILIN:

a) Sa isang malaking kaldero, init ang mantika sa katamtamang init. Idagdag ang sibuyas, luya, at bawang. Igisa para sa isa pang minuto, o hanggang ang mga sibuyas ay malambot at transparent, at mabango.

b) Ihagis ang curry paste at ang kalabasa. Magluto ng isa pang minuto.

c) Pakuluan, haluin sa gata ng niyog. Bawasan ang init sa mababang at takpan. Magluto ng 15 minuto sa mababang init.

d) Idagdag ang broccoli at magpatuloy sa pagluluto, walang takip, para sa isa pang 5 minuto.

e) Idagdag ang chickpeas, cashews, at katas ng kalamansi at haluin upang pagsamahin.

f) Palamutihan ng cilantro bago ihain.

27. Holiday Baked Tempe

MGA INGREDIENTS:
- 6 na onsa ng tempe, gupitin sa mga indibidwal na parisukat
- ½ tasa sariwang damo
- 2 kutsarang tamari, o toyo
- 1 kutsarang langis ng oliba
- 1 kutsarang apple cider vinegar
- ½ kutsarang purong maple syrup
- ½ butternut squash, binalatan at hiniwang manipis
- 2 kutsarang mantikilya na nakabatay sa halaman
- Coarse kosher salt at ground black pepper

MGA TAGUBILIN:
a) Painitin ang oven sa 400 degrees Fahrenheit.
b) Sa isang zip-lock bag, ayusin ang tempe.
c) Magdagdag ng mga herbs, tamari, olive oil, apple cider vinegar, at maple syrup, at ihalo ang lahat.
d) Maghintay ng 2 oras o hanggang magdamag para mag-marinate ang tempe.
e) I-brush ang squash ribbons na may plant-based butter at timplahan ng asin at paminta at ayusin ang mga ito sa isang layer.
f) Ihurno ang kalabasa sa loob ng 5 minuto.
g) Hayaang lumamig nang lubusan ang kalabasa bago ito balutin sa adobong tempe at ilagay sa inihandang baking pan.
h) Maghurno ng 15-20 minuto.

28. Vegan Meatloaf

MGA INGREDIENTS:
- 2 kutsarita ng langis ng niyog, o anumang mantika
- ¼ tasa tinadtad na pulang sibuyas
- 2 tangkay ng kintsay, tinadtad
- 5 cloves ng bawang, tinadtad
- 15 oz. lata ng chickpeas, pinatuyo at lubusan na banlawan
- 1 ¾ tasa ng bagong lutong brown na lentil
- 2 kutsarita ng likidong usok
- 2 kutsarita ng vegan Worcestershire sauce, o higit pang likidong usok
- 1 ¼ tasa ng breadcrumbs, gluten-free kung kinakailangan
- ½ kutsarita ng asin sa dagat
- ½ kutsarita ng ground black pepper
- 3 kutsarang tomato paste
- ½ kutsarita ng thyme

TOMATO GLAZE
- 2 kutsarang tomato paste
- 2 kutsarita ng apple cider vinegar
- 1 kutsarang maple syrup, o agave o likidong pangpatamis
- ¼ kutsarita ng asin sa dagat

MGA TAGUBILIN
TOMATO GLAZE
a) Paghaluin ang tomato paste, apple cider vinegar, maple syrup, at sea salt sa isang maliit na mangkok at itabi ito hanggang sa kailanganin mo ito.

MEATLOAF
b) Painitin muna ang iyong oven sa 375°F/190°C degrees.
c) Maghanda ng tinapay sa pamamagitan ng paglalagay nito ng parchment paper upang ito ay nakabitin sa mga gilid.
d) Sa isang kawali sa katamtamang init, init ang mantika.
e) Idagdag ang bawang, pulang sibuyas, at kintsay. Igisa hanggang sa maging translucent ang sibuyas, lumambot ang kintsay at mabango ang bawang mga 5 minuto.
f) Sa isang malaking mangkok, idagdag ang lahat ng mga sangkap.

g) Haluin nang bahagya gamit ang isang kahoy na kutsara. Nalaman ko na nakakatulong ito upang ipamahagi ang mga likidong sangkap nang pantay-pantay sa mga beans at breadcrumb.
h) Sa isang food processor, idagdag ang lahat ng iyong sangkap mula sa mangkok. Mayroon akong 10-cup na food processor, kaya kung mas maliit ang sa iyo, maaaring gusto mong ilagay ito nang paunti-unti. Pulse ng ilang beses hanggang ang lahat ay magsimulang magsama-sama.
i) Ibuhos/sandok ang timpla sa iyong pan na may linyang papel na parchment. Pakinisin ang tuktok gamit ang spatula. Ibuhos ang iyong glaze mula kanina, pakinisin ito gamit ang isang kutsara o spatula.
j) Maghurno ng 45 minuto hanggang 60 minuto. Ang aking tinapay ay tapos na sa paligid ng 55 minuto. Ito ay handa kung ang isang palito ay lalabas na halos malinis.
k) Alisin mula sa oven at hayaang lumamig ng 10 minuto. Alisin sa kawali at hiwain at ihain. Enjoy!

29. Butternut Squash Lasagna

MGA INGREDIENTS:
- 9 lasagna noodles , luto
- 5 tasang mainit-init, tinimplahan na niligis na patatas,
- 24-onsa na pakete ng butternut squash
- 1½ tasa Whipped almond ricotta cheese
- 1 kutsarita ng sibuyas na pulbos
- ½ kutsarita ng nutmeg
- 1 kutsarita ng asin
- ½ kutsarita ng itim na paminta
- 1 tasang French-fried na sibuyas

TAGUBILIN :
a) Painitin muna ang oven sa 350°F.
b) Gamit ang cooking spray, balutin ang isang 9 x 13-inch na baking dish.
c) Ihagis ang patatas, butternut squash, Whipped almond ricotta cheese, onion powder, nutmeg, asin, at black pepper nang magkasama sa isang malaking mixing basin.
d) Maglagay ng 3 noodles sa ilalim ng baking dish na inihanda.
e) Ikalat ang 1/3 ng pinaghalong patatas sa ibabaw ng noodles. Ulitin ang mga layer nang dalawang beses.
f) Maghurno ng 45 minuto na may aluminum foil sa itaas; alisin ang foil at maghurno ng isa pang 8 hanggang 10 minuto, o hanggang kayumanggi at uminit.

SALADS

30.Cranberry Pecan Salad

MGA INGREDIENTS:
SALAD:
- 3 kahon ng organic mixed greens
- 1 pipino , binalatan at tinadtad
- 2 bag ng pinatuyong cranberry
- 2 tasa ng tinadtad na pecan
- 2 tasa ng vegan Swiss cheese na pinutol ng pino

PAGBIBIHIS:
- 2 pakete ng Italian dressing mix

MGA TAGUBILIN:
a) Ihagis ang lahat ng sangkap ng salad .
b) Ibuhos ang sarsa at ihain.

31. Vegan Celery Salad

MGA INGREDIENTS:
- 1 tasa manipis na tinadtad na tangkay ng kintsay
- 1 kutsarang tinadtad na atsara
- 1 kutsarang vegan mayonnaise
- ¼ tasa ng itim na olibo
- 1 kutsarang capers
- Itim na paminta sa panlasa

MGA TAGUBILIN:
a) Sa isang mangkok ng paghahalo, pagsamahin ang lahat ng mga sangkap sa isang paste-like consistency.
b) Kutsara ang isang kutsara ng pinaghalong sa isang cracker o dahon ng lettuce .
c) Magdagdag ng olive sa cracker, o likid ang dahon ng lettuce sa salad ng kintsay at i-secure ito ng toothpick.
d) Ihain sa isang pinggan.

32.Squash na may Apples Salad

MGA INGREDIENTS:
- 2 delicata squash, gupitin sa ½ pulgadang piraso
- ½ tasang perlas na sibuyas ay hinati
- Extra virgin olive oil, para sa pag-ambon
- 2 kutsarang pepitas at/o pine nuts
- 2 tasang napunit na lacinato kale, 2 hanggang 3 dahon
- 6 dahon ng sambong, tinadtad
- Mga dahon mula sa 3 thyme sprigs
- 1 gala apple, diced
- Sea salt at sariwang giniling na itim na paminta

MGA TAGUBILIN:
a) Painitin ang oven sa 425 degrees Fahrenheit at lagyan ng parchment paper ang isang baking sheet.
b) Ibuhos ang langis ng oliba at kurot ng asin at paminta sa ibabaw ng kalabasa at mga sibuyas sa baking sheet.
c) Ihagis sa coat, pagkatapos ay ikalat sa sheet para hindi sila magkadikit. Inihaw sa loob ng 25 hanggang 30 minuto, o hanggang ang kalabasa ay maging ginintuang kayumanggi sa lahat ng panig at ang mga sibuyas ay malambot at karamelo.
d) Ihagis ang pepitas na may isang pakurot ng asin sa isang kawali sa katamtamang mababang init at mag-toast ng mga 2 minuto, madalas na pagpapakilos. Itabi. Idagdag ang kale, sage, at thyme .
e) Pagsamahin ang mainit na inihaw na kalabasa at mga sibuyas, mansanas, kalahati ng pepitas , at kalahati ng dressing sa isang baking bowl. Ihagis.
f) Magluto ng 8 hanggang 10 minuto .
g) Ibuhos ang natitirang dressing at itaas ang natitirang pepitas bago ihain.

33.Curried Cauliflower, Grape at Lentil Salad

MGA INGREDIENTS:
KULIPLOR
- 1 ulo cauliflower, nahahati sa mga florets
- 1½ kutsarang tinunaw na langis ng niyog
- 1½ kutsarang curry powder
- ¼ kutsarita ng asin sa dagat

SALAD
- 5-6 tasa halo-halong gulay, kale, spinach
- 1 tasang lutong lentil, banlawan at pinatuyo
- 1 tasa pula o berdeng ubas, hinati
- Sariwang cilantro
- Pagbibihis ng Tahini

MGA TAGUBILIN
a) Painitin ang hurno sa 400 degrees F.
b) Iguhit ang isang baking sheet na may parchment paper.
c) Magdagdag ng cauliflower sa isang mangkok ng paghahalo at ihalo sa langis ng niyog, curry powder, at asin sa dagat.
d) Ilipat sa isang baking sheet at igisa ang cauliflower sa loob ng 20-25 minuto o hanggang maging ginintuang kayumanggi at malambot.
e) Ipunin ang salad sa pamamagitan ng pagdaragdag ng litsugas sa isang serving platter o mangkok.
f) Ibabaw na may lentil, ubas, at lutong cauliflower, at ihain na may sarsa.
g) Palamutihan ng sariwang cilantro.

34. Lentil at Zucchini Salad

MGA INGREDIENTS:
- 150g ng pinatuyong lentil
- 400ml Gulay na bouillon, walang lebadura
- ½ limon
- 2 sibuyas ng bawang
- 4 na kamatis, binalatan
- 1 sibuyas
- 1 paminta
- 1 piraso ng luya
- 1 zucchini
- Isang pagwiwisik ng mga buto
- Sariwang balanoy
- Ibuhos ang langis ng niyog

MGA TAGUBILIN:
a) Pakuluan ang lentil sa stock ng gulay at ang juice mula sa ½ lemon.
b) Igisa ang sibuyas gamit ang coconut oil.
c) Paghaluin ang zucchini, bawang, paminta, kamatis, at luya, at kumulo.
d) Tapusin sa pamamagitan ng paghahalo sa mga lentil, herbs, at buto, i-adjust sa panlasa.

35. Lentil at apple salad

MGA INGREDIENTS:
PARA SA SALAD:
- 2 tasang French green lentils
- 4 na mansanas ni Lola Smith, kinurot at tinadtad
- ½ tasang unsalted sunflower seeds, toasted
- ½ tasa sariwang cilantro, tinadtad

PARA SA VINAIGRETTE:
- 2 kutsarita sariwang luya, gadgad
- 2 kutsarita raw maple syrup
- ½ tasang sariwang katas ng dayap
- ½ tasa ng langis ng oliba
- Salt at ground black pepper

MGA TAGUBILIN:
a) Sa isang malaking palayok ng tubig, idagdag ang mga lentil sa mataas na apoy at pakuluan ang mga ito.
b) Bawasan ang init sa mahina at lutuin ng 22 hanggang 25 minuto, natatakpan.
c) Patuyuin nang buo at ilagay sa isang malaking mixing bowl para lumamig.
d) Pagsamahin ang natitirang mga sangkap ng salad sa isang malaking mangkok ng paghahalo.
e) Sa isa pang mangkok, idagdag ang lahat ng mga sangkap ng dressing at talunin hanggang sa maayos.
f) Ibuhos ang dressing sa pinaghalong lentil at ihalo hanggang sa pinagsama.

36.Cranberry Citrus salad

MGA INGREDIENTS:
PARA SA SALAD:
- 1 orange, binalatan at hinati
- 1 grapefruit, binalatan at tinadtad
- 2 kutsarang unsweetened dried cranberries
- 3 tasang halo-halong dahon ng litsugas

PARA SA PAGBIMIT:
- 2 kutsarang langis ng oliba
- 2 kutsarang sariwang orange juice
- 1 kutsarita ng Dijon mustard
- ½ kutsarita raw maple syrup
- Salt at ground black pepper

MGA TAGUBILIN:

a) Para sa salad: Ilagay ang lahat ng sangkap sa isang mangkok ng salad at ihalo.

b) Para sa vinaigrette: Ilagay ang lahat ng sangkap sa isa pang mangkok at haluing mabuti.

c) Ibuhos ang dressing sa salad at ihagis upang pagsamahin. Ihain kaagad.

MGA SABAW AT GINAGA

37. Holiday Pumpkin Soup

MGA INGREDIENTS:
- 600g kalabasa, binalatan at tinadtad
- 2 tasa ng sabaw ng gulay
- 1 kutsarita ng cumin powder
- ½ tasang gata ng niyog
- mantika sa pagprito
- 1 kutsarang tanglad, tinadtad
- 1 luya, binalatan at gadgad
- 2 dahon ng kaffir lime, tinadtad
- 1 kutsarita buto ng kulantro
- 1 pulang paminta, pinagbinhan at hiniwa
- 1 sariwang turmerik, binalatan at hiniwa
- Itim na paminta sa panlasa
- 1 bawang, tinadtad
- 4 na sibuyas ng bawang

MGA TAGUBILIN
a) Ihagis ang kalabasa sa mantika bago ilagay sa baking sheet at i-ihaw ito hanggang mag-golden brown.
b) Sa isang kawali, initin ang mantika at igisa ang mga shallots hanggang kayumanggi.
c) Magdagdag ng kumin at kulantro.
d) Idagdag ang dahon ng kaffir, turmeric, luya, tanglad, at sili, at lutuin ng isa pang minuto, haluin para hindi masunog
e) Ilagay ang kalabasa sa sabaw saka takpan at lutuin
f) Kumulo para sa isa pang 10 minuto.
g) Idagdag ang gata ng niyog at lutuin ng 6 na minuto.

38. Butternut Squash Soup

MGA INGREDIENTS:
- 3 tasang hilaw na kalabasa, binalatan, ginupit
- 1 kamote, cubed
- 2 karot, hiniwa
- ½ tasang sibuyas, tinadtad
- 1 kutsarang apple cider vinegar
- 1 kutsarang brown sugar
- 3 siwang bawang
- 1-quart sabaw ng gulay

MGA TAGUBILIN:
a) Painitin muna ang oven sa 300°F at ihurno ang kamote at kalabasa na cube sa loob ng 45 minuto, o hanggang lumambot.
b) Pakuluan ang isang litro ng tubig sa isang malaking palayok ng sabaw.
c) Pakuluan ng 15 minuto kasama ang pinaghalong patatas, sibuyas, at karot.
d) Alisin sa init at itabi ng 10 minuto para lumamig.
e) Sa isang blender, pagsamahin ang suka, asukal, at bawang, at timpla hanggang makinis.
f) Haluin sa sopas at ihain.

39.Potato Leek Soup

MGA INGREDIENTS:
- 4 na tasa ng sabaw ng mineral
- 4 russet na patatas
- 3 leeks
- 1 sibuyas na bawang
- 1 kutsarita grey sea salt
- ½ kutsarita ng paminta
- 2 kutsarang langis ng niyog

MGA TAGUBILIN:
a) Sa isang kasirola, tunawin ang langis ng niyog sa katamtamang init. Igisa ang patatas, leeks, at bawang .
b) Magdagdag ng sabaw at pakuluan ang mga ito, pagkatapos ay ibaba sa mahinang apoy at takpan upang maluto ng 20 minuto. Siguraduhing malambot ang patatas.
c) Haluin ang sopas hanggang makinis gamit ang blender.
d) Humingi at maglingkod .

40. Parsnip Winter Soup

MGA INGREDIENTS:
- 1½ tasang dilaw na sibuyas – hiniwang manipis
- 1 tasang kintsay - hiniwang manipis
- 16 na onsa ng sabaw ng gulay
- 3 tasang baby spinach
- 4 na tasang diced parsnips, binalatan at diced
- 1 kutsarang langis ng niyog
- ½ tasang gata ng niyog

MGA TAGUBILIN:
a) Kumain ng mantika sa isang malaking kawali sa katamtamang init at lutuin ang mga sibuyas at kintsay.
b) Idagdag ang parsnips at sabaw at pakuluan.
c) Bawasan ang init sa mababang at takpan ng 20 minuto.
d) Idagdag ang spinach, ihalo nang mabuti upang pagsamahin, alisin mula sa init, at katas ang sopas sa mga batch sa isang blender hanggang makinis.
e) Ilagay ang gata at ihain kaagad.

41. Lentil at Butternut Squash Stew

MGA INGREDIENTS:
- 225g brown lentils, ibinabad
- 2 brown na sibuyas
- 750ml na walang trigo na stock ng gulay
- 4 na karot
- ½ butternut squash
- 1 kamote
- 2 puting patatas
- 1 stick ng kintsay
- Isang dakot ng sariwang garden peas
- Isang dakot na watercress
- 2 kutsarang sariwang dill
- 1 kutsarita ng tamari sauce

MGA TAGUBILIN:
a) Dalhin stock at sibuyas sa isang pigsa sa isang kawali.
b) Isang dd lentils, patatas, kalabasa, at karot at kumulo ng 15 minuto.
c) Ihagis ang kintsay, sariwang mga gisantes, dahon, at dill.

42. Cream ng Nilagang Mais

MGA INGREDIENTS:
- 2 tasang sariwang hiwa na butil ng mais
- ¼ tasa ng sariwang hiniwang sibuyas
- 1 sibuyas na bawang
- 1 kutsarang langis ng niyog
- 1 recipe plant-based cream soup base

MGA TAGUBILIN:
a) Igisa ang mais , sibuyas, at bawang sa mantika ng niyog sa loob ng 5 minuto sa isang malaking kawali.
b) Sa isang blender, pagsamahin ang halo na ito sa pinalamig na plant-based cream soup base.
c) Ihain kaagad.

43. Pumpkin Chickpea Coconut Curry

MGA INGREDIENTS:
- 2 kutsarang langis ng oliba
- ½ tasang sibuyas, diced
- 3 cloves ng bawang, pinindot o tinadtad
- 1 kutsarang luya, gadgad
- 2½ tasa ng kalabasa, binalatan at kunin
- 2½ kutsarang pulang curry paste
- 14-onsa na lata ng gata ng niyog
- 2 tasa ng broccoli, gupitin sa mga bulaklak
- 1 tasa ng de-latang chickpeas
- ½ tasang kasoy, walang asin
- 1 kutsarang katas ng kalamansi
- ¼ tasa cilantro, tinadtad

TAGUBILIN :

a) Sa isang malaking kaldero, init ang mantika sa katamtamang init. Idagdag ang sibuyas, luya, at bawang.
b) Igisa para sa isa pang minuto, o hanggang ang mga sibuyas ay malambot at transparent, at mabango.
c) Ihagis ang curry paste at ang kalabasa. Magluto ng isa pang minuto.
d) Pakuluan, haluin sa gata ng niyog. Bawasan ang init sa mababang at takpan.
e) Magluto ng 15 minuto sa mababang init.
f) Idagdag ang broccoli at magpatuloy sa pagluluto, walang takip, para sa isa pang 5 minuto.
g) Idagdag ang chickpeas, cashews, at katas ng kalamansi at haluin upang pagsamahin.
h) Palamutihan ng cilantro bago ihain.

SIDE DISHS

44. Sesame Green Beans

MGA INGREDIENTS:
- 2 pounds green beans, stemmed
- 3 kutsarang sesame oil
- 1 kutsarang suka ng bigas
- 1 kutsarang lemon juice
- 1 kutsarita sariwang gadgad na luya
- 2 kutsarang linga
- ¼ kutsarita ng kosher na asin

MGA TAGUBILIN:
a) Pakuluan ang tubig sa isang malaking palayok. Lutuin ang green beans hanggang malutong na malambot, 3 hanggang 4 na minuto. Alisan ng tubig ang tubig at itabi.
b) Sa isang mangkok ng paghahalo, pagsamahin ang iba pang mga sangkap at pukawin hanggang sa lubusan na pinagsama.
c) Paghaluin ang green beans at ihalo ng mabuti upang maisama.
d) Magdagdag ng sariwang giniling na paminta sa panlasa.

45. Pan Seared Carrots

MGA INGREDIENTS:
- 4 tasa ng karot, hiniwa
- 4 cloves na bawang, hiniwa
- 1 kutsarita ng langis
- 1 tasang purified water
- 1 kutsarita ng asin sa dagat

MGA TAGUBILIN:
a) Sa isang kawali sa katamtamang init, lutuin ang bawang pagkatapos ay idagdag ang tubig.
b) Ihagis ang mga karot at pakuluan ang mga ito, pagkatapos ay ibaba sa mahinang apoy at takpan ng 10 minuto. Ihain kaagad.

46. Vegan Scalloped Patatas

MGA INGREDIENTS:
- 6-8 patatas na hiniwang manipis
- 1 lata ng vegan cheddar cheese na sopas
- 1-½ tasang gadgad na vegan cheddar cheese
- 12-ounce na lata ng almond milk
- Asin at paminta

MGA TAGUBILIN:
a) I-spray ang loob ng crockpot ng cooking spray.
b) Ilagay ang kalahati ng hiniwang patatas sa crockpot.
c) Magdagdag ng ½ can chunked soup, ¾ cup grated vegan cheese, at ½ cup almond milk.
d) Timplahan ng asin at paminta ayon sa panlasa.
e) I-layer ang natitirang mga sangkap sa parehong pagkakasunud-sunod tulad ng una.
f) Magluto ng 6 na oras sa mataas.

47. Mashed Redskin Potatoes

MGA INGREDIENTS:
- 10 libra ng pulang balat na patatas
- 2 sticks ng plant-based butter
- 2 tasa ng plant-based na kulay-gatas
- ¾ tasa ng plant-based na gatas
- 2 kutsarita ng bawang pulbos
- Asin at paminta para lumasa

MGA TAGUBILIN:
a) Sa isang malaking kasirola, pakuluan ang patatas hanggang malambot.
b) Salain sa isang colander.
c) Sa isang mangkok ng paghahalo, ilagay ang pinainit na patatas.
d) Paghaluin ang mantikilya na nakabatay sa halaman sa mga patatas na may panghalo.
e) Paghaluin o i-mash ang mga natitirang sangkap.
f) maglingkod.

48.Cauliflower na may Pears at Hazelnuts

MGA INGREDIENTS:
- 6 na kutsara ng unsalted plant-based butter
- 1 ulo cauliflower, gupitin sa mga florets
- ½ tasang toasted, tinadtad na mga hazelnut
- 8 sariwang dahon ng sambong, hiniwa nang manipis
- Kosher salt at ground black pepper
- 2 hinog na peras, hinubad at hiniwa ng manipis
- 2 kutsara. tinadtad na sariwang flat-leaf perehil

MGA TAGUBILIN:

a) Matunaw ang plant-based na mantikilya sa isang 12-pulgadang kawali sa katamtamang init hanggang sa bahagyang ginintuang at bula.

b) Idagdag ang cauliflower, walnuts, at sage at cook, pana-panahong pagpapakilos, sa loob ng 2 minuto.

c) Magdagdag ng 1 kutsarita ng asin at ½ kutsarita ng paminta at kumulo, panaka-nakang pag-ikot, para sa isa pang 6 hanggang 7 minuto, o hanggang ang cauliflower ay browned at malutong na malambot.

d) Magdagdag ng mga hiwa ng peras at perehil at dahan-dahang ihalo ang mga peras.

e) Magdagdag ng karagdagang asin sa panlasa.

49.Custard ng mais

MGA INGREDIENTS:
- 4 tasang mais
- 1 Kutsara nakabatay sa halaman ngunit t er
- 1 kutsarang tinadtad na sibuyas
- 1 kutsarang harina
- 1 tasang plant-based cream
- Asin at paminta

MGA TAGUBILIN:
a) Painitin muna ang oven sa 3 25 degrees Fahrenheit .
b) Sa isang nonstick pan, i -auté ang mga sibuyas. Haluin ang harina hanggang sa maayos ang lahat .
c) Ihagis ang frozen na mais, kasama ang anumang likido. Taasan ang temperatura sa mataas.
d) Ihagis ang mais hanggang ang halos lahat ng likido ay sumingaw.
e) A idagdag ang plant-based cream at b oil sa loob ng 2-3 minuto
f) Timplahan ng asin, at paminta.
g) Ihalo nang dahan-dahan ang pinaghalong corn-onion.
h) Ibuhos ang timpla sa isang baking dish at maghurno ng mga 30 minuto, o hanggang sa matuyo ang custard .

50.Simpleng Inihaw na Brussel Sprout

MGA INGREDIENTS:
- 4 na tasa Brussels Sprouts , blanched
- Kurutin ang sariwang thyme
- Asin at paminta

MGA TAGUBILIN:
a) Ihagis ang mga sprout na may kaunting langis ng gulay .
b) Inihaw ang mga sprouts sa isang 400° oven na may ilang sprigs ng sariwang thyme sa isang sheet tray.
c) Takpan ang mga sprouts na may foil sa unang 5 minuto, pagkatapos ay alisin ang takip para sa natitirang 5 minuto.
d) Asin at paminta ang mga sprouts at ilagay ang mga ito sa isang serving bowl.

51. Pritong Mais

MGA INGREDIENTS:
- 1 pakete ng frozen na mais
- 1 kutsarang plant-based butter
- 4-5 tablespoons ng plant-based cream
- Bagong gadgad na nutmeg
- Asin at paminta
- ¼ kutsarita ng pinatuyong thyme

MGA TAGUBILIN:
a) Sa isang nonstick sauté pan sa katamtamang init, tunawin ang plant-based butter.
b) Idagdag ang mais at pinatuyong thyme at t oss hanggang sa halos lahat ng likido ay sumingaw.
c) Ibuhos ang cream na nakabatay sa halaman.
d) Timplahan ng nutmeg, asin, at paminta ayon sa panlasa.
e) Itaas ang apoy sa mataas at ipagpatuloy ang pagluluto hanggang sa ganap na masakop ang mais.

52. Kuliplor na may Sarsa ng Keso

MGA INGREDIENTS:
- 1 ulo cauliflower, blanched
- 1 tasa ng plant-based na gatas
- 1 tasang ginutay-gutay na vegan cheese
- 1½ t kutsara mantikilya   na nakabatay sa halaman
- 1 kutsarita ng Dijon mustard
- 1½ t kutsarang harina
- Asin at paminta

MGA TAGUBILIN:
a) Sa isang heavy-bottomed saucepan, tunawin ang plant-based butter. Haluin ang harina hanggang sa ito ay mahusay na mamasa ng mantikilya.
b) Idagdag ang plant-based milk at kumulo, patuloy na pagpapakilos, hanggang sa lumapot ang sauce.
c) Haluin ang vegan cheese hanggang sa maayos ang lahat . Magdagdag ng s alt at paminta sa panlasa.
d) Ihagis ang cauliflower na may vegan cheese sauce at ihain kaagad o panatilihing mainit sa oven.

53. Brandy Glazed Carrots

MGA INGREDIENTS:
- 2 pounds carrots, binalatan at gupitin sa mga barya
- ½ tasa ng brown sugar
- ½ tasang plant-based butter
- ½ tasa ng brandy na Tubig

MGA TAGUBILIN:
a) Matunaw ang plant-based butter sa isang sauté pan. Ihagis ang mga karot at asukal na may mantikilya .
b) Lutuin ang mga karot sa katamtamang init hanggang sa magsimula silang mag-caramelize.
c) Sunugin ang brandy hanggang sa masunog ito .
d) Habang sumingaw ang halumigmig, magdagdag ng kaunting tubig nang paisa-isa upang panatilihing luto ang mga karot at maiwasang dumikit.
e) maabot ang nais na antas ng pagiging handa .

54. Holiday Nilagang singkamas

MGA INGREDIENTS:
- ½ libra ng singkamas, binalatan at gupitin sa mga wedges
- 2 kutsarang tomato paste
- 2 T kutsarang vegan butter
- 1 sibuyas, binalatan at hiniwa
- 1 kutsarita ng tuyo na thyme
- 1 karot, binalatan at diced
- 1 dahon ng bay
- 2 tangkay ng kintsay, diced
- Asin at paminta
- 1½ tasa ng stock o tubig
- 2 T kutsarang vegan butter, pinalambot
- 1 T kutsarang harina

MGA TAGUBILIN:
a) Sa isang kawali, tunawin ang vegan butter. Idagdag ang sibuyas, kintsay, at karot.
b) Magluto ng humigit-kumulang 5 minuto. Idagdag ang stock, tomato paste, thyme, at bay leaf sa pinaghalong singkamas at sibuyas, karot, at kintsay.
c) Magluto ng 30 hanggang 40 minuto, na sakop, sa 350°F oven.
d) Habang nagluluto ang mga singkamas, gumawa ng paste na may vegan butter at harina.
e) Ilipat ang mga singkamas sa isang serving dish at panatilihing mainit ang mga ito sa braising pan.
f) Sa isang kasirola, salain ang braising liquid. Magdagdag ng mga piraso ng vegan butter-flour mixture sa sauce at haluin hanggang lumapot.
g) S eason na may s alt at paminta at pagkatapos ay ibuhos ang sauce sa mga singkamas.

55. Au Gratin Patatas

MGA INGREDIENTS:
- 2 pounds patatas, binalatan at hiniwa
- 2 kutsarang tinunaw na mantikilya na nakabatay sa halaman
- ½ kutsarita ng asin
- ¼ kutsarita ng itim na paminta
- 1 tasang gadgad na vegan Cheddar na keso
- ¼ tasa ng sariwang mumo ng tinapay

MGA TAGUBILIN:
a) Painitin muna ang oven sa 425°F.
b) Gamit ang cooking spray, balutin ang isang mababaw na 1-½-quart casserole dish.
c) Ilagay ang hiniwang patatas sa kaserol.
d) Budburan ng tinunaw na plant-based butter at timplahan ng asin at paminta.
e) Palamutihan ng mga mumo ng tinapay at grated vegan Cheddar cheese.
f) Magluto ng 30 minuto, natatakpan, o hanggang maluto ang patatas.

56.Holiday Creamed Spinach

MGA INGREDIENTS:
- 2 kutsarang mantikilya na nakabatay sa halaman
- 2 kutsarang all-purpose na harina
- 20-onsa na pakete ng frozen na tinadtad na spinach, lasaw at mahusay na pinatuyo
- 1 tasa mabigat na cream na nakabatay sa halaman
- ½ kutsarita ng ground nutmeg
- ½ kutsarita ng bawang pulbos
- ½ kutsarita ng asin

MGA TAGUBILIN:
a) Matunaw ang mantikilya na nakabatay sa halaman sa isang kawali sa katamtamang init; haluin sa harina hanggang sa ginintuang.
b) Ihagis ang mga natitirang sangkap, haluing mabuti, at pakuluan ng 3 hanggang 5 minuto, o hanggang maluto.

57.Succotash

MGA INGREDIENTS:
- 2 tasang steamed corn
- 2 tasang Lima beans, niluto
- ½ kutsarita ng asin
- Dash paminta
- 2 kutsarang langis ng niyog
- ½ tasang gata ng niyog

MGA TAGUBILIN:
a) Paghaluin ang mais at beans, at timplahan ng asin at paminta.
b) Idagdag ang gata at mantika at pakuluan.
c) Ihain kaagad.

58.Brussels na may pancetta

MGA INGREDIENTS:
- ½ pound pancetta na hiniwa sa mga dice
- 2-3 tablespoons langis ng oliba hinati
- 1 libra sariwang Brussels sprouts
- 2 kutsarang maple syrup
- 1 kutsarang puting balsamic vinegar
- Kosher salt at ground black pepper

MGA TAGUBILIN:

a) Mag-init ng 1 kutsarang langis ng oliba sa isang cast-iron skillet sa katamtamang init. Lutuin, ang pancetta hanggang sa mabango at magsimulang malutong. Patuyuin sa isang platong may papel na may linyang tuwalya at itabi.

b) I- lip ang mga dulo ng Brussels sprouts at gupitin ang mga ito sa kalahati mula sa ugat hanggang sa mga dulo.

c) Ilagay ang mga Brussels sprouts sa gilid pababa sa isang pantay na layer sa kawali at lutuin ng 4-5 minuto, o hanggang ang mga sprouts ay magsimulang kayumanggi at mag-caramelize, pagkatapos ay i-on, timplahan ng kosher salt at black pepper, ibaba ang apoy at takpan ng isang takip.

d) Ibalik ang pancetta sa kawali.

e) Ihagis ang natitirang kutsara ng olive oil, maple syrup, at balsamic vinegar, at painitin ng isa o dalawang minuto .

f) Magdagdag ng dagdag na kosher salt at ground black pepper sa panlasa, pagkatapos ay ihain.

59. Sautéed Leeks na may Parmesan

MGA INGREDIENTS:
- 6 manipis na l eeks , hinati nang pahaba
- 2 kutsarang langis ng oliba
- Kosher na asin
- Bagong giniling na itim na paminta
- ¼ tasang tuyo o semi-dry na puting alak
- 3 kutsarang unsalted na stock ng gulay
- 1 kutsarang unsalted plant-based butter
- 3 kutsarang sariwang gadgad na Parmesan

MGA TAGUBILIN:
a) Idagdag ang langis sa isang malaki, mabigat na ilalim na kawali at init sa katamtamang init.
b) Kapag ang mantika ay mainit na, ayusin ang mga leeks sa isang layer, at gupitin ang gilid pababa.
c) Ihagis ang mga leeks gamit ang mga sipit hanggang sa sila ay malumanay na kayumanggi , 3-4 minuto.
d) Asin at paminta ang mga leeks, pagkatapos ay iikot ang mga ito sa gilid pababa.
e) Haluin ang alak upang matunaw ang kawali. Punan ang palayok ng sapat na stock upang masakop ang mga tuktok ng leeks.
f) Pakuluan, pagkatapos ay bawasan sa mahinang apoy at takpan, at lutuin ng 15-20 minuto, o hanggang lumambot ang leeks.
g) Dahan-dahang ibuhos ang mantikilya na nakabatay sa halaman .
h) Ilagay ang mga leeks na hiniwa-hiwa sa isang plato at itaas na may vegan cheese.

60.Mga Roasted Beets na may Citrus

MGA INGREDIENTS:
- 6 hanggang 8 pula o dilaw na beet
- Extra-virgin olive oil, para sa pag-ambon
- 1 pusod orange
- Dash Sherry vinegar o balsamic vinegar
- Juice ng ½ lemon, o sa panlasa
- Isang dakot na dahon ng watercress, arugula, o microgreens
- Sea salt at ground black pepper
- vegan na keso
- Tinadtad na mga walnut o pistachios

MGA TAGUBILIN:
a) Painitin ang oven sa 400 degrees Fahrenheit.
b) Ibuhos ang beets nang sagana sa langis ng oliba, kurot ng sea salt, at sariwang giniling na black pepper .
c) I-wrap ang mga beet sa foil at igisa ng 35 hanggang 60 minuto, o hanggang malambot at lumambot .
d) Alisin ang mga beets mula sa oven, alisin ang foil, at itabi ang mga ito upang palamig.
e) Balatan ang mga balat kapag malamig na sa pagpindot. Gupitin ang mga ito sa 1" na wedges o chunks.
f) Hatiin ang orange sa ikatlong bahagi at itabi ang natitirang ¼ wedge para pigain.
g) Ihagis ang mga beets na may langis ng oliba at sherry vinegar, lemon juice, orange juice na piniga mula sa natitirang wedge, at ilang kurot ng asin at paminta. Palamigin hanggang handa nang ihain.
h) Magdagdag ng dagdag na asin at paminta o suka sa panlasa bago ihain.
i) Ilagay ang mga orange na segment, watercress, at citrus curl sa isang ulam.

61. Molasses Mashed Sweet Potatoes

MGA INGREDIENTS:
- 4 s na patatas , gupitin sa 1-pulgada na mga tipak
- 8 karot, gupitin sa 1-pulgada na tipak
- 4 na parsnip , gupitin sa 1-pulgadang mga piraso
- Kosher na asin
- 4 na kutsara. unsalted plant-based butter
- 1/4 tasang plant-based na kulay-gatas
- 1/4 tasa ng pulot
- 1 kutsara. pinong gadgad na sariwang luya
- 1/2 tasa kalahati-at-kalahati
- Bagong giniling na itim na paminta

MGA TAGUBILIN:
a) Ilagay ang kamote, karot, at parsnip sa isang kasirola at takpan ng tubig.
b) Pakuluan, pagkatapos ay bawasan sa mahinang apoy at lutuin ng 15 hanggang 20 minuto, o hanggang malambot ang mga gulay. Patuyuin at ibalik sa kasirola.
c) Lutuin ang mga gulay sa kawali, nanginginig ang kawali paminsan-minsan upang hindi dumikit .
d) Idagdag ang plant-based butter, plant-based sour cream, molasses, luya, at kalahating kalahati.
e) Ihagis ang s alt at paminta, tikman, at ayusin ang mga pampalasa bago ihain.

62.Pearl Onion Gratin na may Parmesan

MGA INGREDIENTS:
- 2 pounds frozen pearl onions, lasaw
- 1 tasa mabigat na cream na nakabatay sa halaman
- 34-pulgada na sanga ng sariwang thyme
- Kosher na asin at lupa itim na paminta
- 3 kutsarang unsalted plant-based butter, natunaw
- 1 tasa ng magaspang na sariwang breadcrumbs
- 1/4 tasa gadgad keso ng kasoy
- 1/2 kutsarita ng pinatuyong malasang dahon, gumuho

MGA TAGUBILIN:
a) Painitin ang oven sa 400 degrees Fahrenheit.
b) Sa isang kasirola , init ang mga sibuyas at tubig.
c) Habang umiinit ang mga sibuyas, haluin at paghiwalayin ang mga ito gamit ang isang tinidor.
d) Bawasan ang init sa katamtaman, at lutuin ng 5 minuto kapag kumulo na ang tubig.
e) Patuyuin nang maigi at patuyuin.
f) Sa isang kasirola sa katamtamang init, pagsamahin ang plant-based cream, thyme, at ½ kutsarita ng asin.
g) Dalhin sa isang pigsa l. Alisin ang thyme sprigs at itapon ang mga ito.
h) Pansamantala, lagyan ng gratin o baking dish ang 1 kutsara ng plant-based butter.
i) Ihagis ang mga breadcrumb, cashew cheese, masarap, ang natitirang 2 kutsara ng tinunaw na mantikilya na nakabatay sa halaman, 12 kutsarita ng asin, at ilang giling ng paminta sa isang pinaghalong pinggan.
j) Sa isang baking dish, ikalat ang mga sibuyas. Ikalat ang mga breadcrumb sa ibabaw ng mga sibuyas at ibuhos ang cream sa kanila.
k) Maghurno ng humigit-kumulang 30 minuto, o hanggang ang mga breadcrumb ay malalim na ginintuang kayumanggi at ang cream ay kumukulo nang husto sa paligid ng mga gilid.
l) Alisin sa oven at itabi ng 10 minuto bago ihain.

63.Kamote at Leek Gratin

MGA INGREDIENTS:
- 2 kutsara. unsalted plant-based butter
- 2 kutsara. langis ng oliba
- 6 ounces pancetta, gupitin sa 1/4-pulgadang dice
- 2 leeks , hiniwang 1/4 pulgada ang kapal
- 1/4 tasang tinadtad na bawang
- 2 tasang plant-based heavy cream
- 3 kutsara. sariwang dahon ng thyme
- Kosher na asin at lupa itim na paminta
- 2 kamote, binalatan at hiniwa
- 3 russet na patatas , binalatan at hiniwa

MGA TAGUBILIN:
a) Painitin muna ang oven sa 350 degrees Fahrenheit.
b) Init ang mantikilya at mantika na nakabatay sa halaman sa isang kasirola sa katamtamang init. Coo kt he pancetta hanggang brown, mga 9 minutes. Gamit ang isang slotted na kutsara, ilipat sa mga tuwalya ng papel.
c) Idagdag ang mga leeks at bawang sa kawali, takpan, bawasan sa mahinang apoy, at lutuin, paminsan-minsan, sa loob ng mga 5 minuto, o hanggang sa lumambot ang mga leeks ngunit hindi kayumanggi.
d) Idagdag ang plant-based cream, pakuluan, ibaba sa mahinang apoy, at lutuin ng 5 minuto.
e) Ibalik ang pancetta, thyme, 1 kutsarita ng asin, at paminta ayon sa panlasa; itabi.
f) Gamit ang plant-based butter, lagyan ng grasa ang isang 2-quart casserole dish.
g) Sandok ng 2 kutsara ng leek cream nang pantay-pantay sa ibabaw ng patatas.
h) Ikalat ang isang layer ng kamote sa ibabaw, timplahan ng bahagya, pagkatapos ay itaas ng isa pang 2 kutsara ng leek cream.
i) Ipagpatuloy ang natitirang patatas hanggang magamit ang lahat. Ibuhos ang natitirang leek cream sa ibabaw ng patatas at pindutin nang mahigpit.
j) Maghurno ng 50 hanggang 60 minuto, o hanggang kayumanggi ang tuktok at malambot ang patatas sa gitna kapag tinutusok ng tinidor.
k) maglingkod.

64.Mga Roasted Mushroom sa isang Brow n Butter

MGA INGREDIENTS:
- 1 pound mushroom
- 1 kutsarang mantika
- Asin at paminta para lumasa
- ¼ tasa plant-based butter
- 2 cloves ng bawang, tinadtad
- 1 kutsarita thyme, tinadtad
- 1 kutsarang lemon juice
- Asin at paminta para lumasa

MGA TAGUBILIN:

a) Ihagis ang mga mushroom na may mantika, asin, at paminta, pagkatapos ay ikalat ang mga ito sa isang baking sheet sa isang layer at inihaw sa loob ng 20 minuto, o hanggang sa magsimula silang mag-caramelize, hinahalo sa kalahati.

b) Sa isang kasirola, tunawin ang mantikilya na nakabatay sa halaman hanggang sa maging isang masarap na kayumangging hazelnut, pagkatapos ay alisin sa apoy at ihalo ang bawang, thyme, at lemon juice.

c) Sa isang mixing bowl, ihagis ang mga roasted mushroom na may browned plant-based butter at timplahan ng asin at paminta sa panlasa!

65.Naggisa ng mansanas na may luya

MGA INGREDIENTS:
- 3 mansanas, binalatan, tinadtad, at hiniwa
- 1 kutsarang gadgad na sariwang luya
- 1 kutsarita ng giniling na kanela
- 3.5 oz. Stevia powder
- kurot ng sea salt
- 2 kutsarang almond oil

MGA TAGUBILIN:
a) Sa isang non-stick skillet , init ang almond oil hanggang kumulo.
b) Idagdag ang luya, mansanas, kanela, stevia, at asin.
c) Magluto ng 8 minuto .

DESSERT

66. Pecan Pie Ice Cream

MGA INGREDIENTS:
- 2 tasang plant-based na gatas
- 1 tasa mabigat na cream na nakabatay sa halaman
- ½ tasa light brown sugar
- 1 kutsarita vanilla extract
- 1 tasa ng magaspang na tinadtad na pecan
- ⅔ tasa ng maple syrup
- 2 kutsarang tinunaw na unsalted plant-based butter
- ¼ kutsarita ng kosher na asin

MGA TAGUBILIN:
a) Sa isang palayok, pagsamahin ang gatas na nakabatay sa halaman at cream na nakabatay sa halaman.
b) Idagdag ang asukal at haluing mabuti. Painitin sa katamtamang init hanggang mapaso.
c) Ihalo sa kawali ang ilang kutsara ng mainit na pinaghalong plant-based na gatas.
d) Habang lumalamig ang timpla, ipagpatuloy ang paghahalo para sa isa pang 5 minuto o higit pa. Ihalo sa vanilla extract.
e) Ilagay ang custard sa isang mangkok, takpan, at palamigin ng 6 na oras o magdamag.
f) Sa isang mabigat na kawali, i-toast ang mga pecan sa katamtamang init. Haluin ang mga ito sa paligid hanggang sa sila ay malumanay na kayumanggi. Alisin ang kawali mula sa init. Idagdag ang maple syrup, plant-based butter, at asin ayon sa panlasa.
g) Haluin upang maging pantay ang mga pecan. Palamigin ang timpla.
h) Ibuhos ang pinalamig na custard sa iyong makina ng sorbetes at ihalo sa loob ng 40 hanggang 50 minuto, o hanggang ang timpla ay maging pare-pareho ng malambot na ice cream.
i) Ilagay ito sa isang mixing dish. Paikutin ang mga pinalamig na nuts at syrup.
j) I-freeze ang ice cream sa isa o higit pang mga lalagyan nang hindi bababa sa 2 oras, o hanggang matigas.

67. Cinnamon Chip Bread Pudding

MGA INGREDIENTS:
BREAD PUDDING:
- 2 tasang plant-based Half and Half
- 2 kutsarang mantikilya na nakabatay sa halaman
- 1/3 tasa ng asukal
- ¼ kutsarita ng ground nutmeg
- 1 kutsarita vanilla extract
- 3 tasa ng tinapay, pinunit sa mga piraso
- Isang dakot ng cinnamon chips

VANILLA MILK:
- 1 tasa ng plant-based na gatas
- ¼ tasang plant-based butter
- 1/3 tasa ng asukal
- 1 kutsarita ng vanilla
- 1 kutsarang harina
- ½ kutsarita ng asin

MGA TAGUBILIN:
BREAD PUDDING:
a) Pakuluan ang Half & Half at plant-based butter sa isang kasirola sa katamtamang init.
b) Sa isang hiwalay na ulam, haluin ang nutmeg, at vanilla extract. Talunin nang lubusan ang pinainit na plant-based milk at plant-based butter mixture.
c) Hatiin ang tinapay at ilagay sa isang kaserola na inihanda na.
d) Ikalat ang pinaghalong sa itaas at itaas ito ng cinnamon chips.
e) Takpan ng foil at maghurno ng 30 minuto sa 350 degrees.
f) Alisin ang foil at maghurno ng isa pang 15 minuto.

MAINIT NA VANILLA MILK:
g) Matunaw ang mantikilya na nakabatay sa halaman at ihalo sa harina para maging paste.
h) Idagdag ang plant-based na gatas, asukal, banilya, at asin at b ring sa pigsa, madalas na pagpapakilos, sa loob ng 5 minuto, o hanggang sa lumapot ito at maging syrup.
i) Ibuhos ang sauce sa mainit na bread pudding at ihain kaagad.

68. Inihurnong Caramel Apples

MGA INGREDIENTS:
- 24 na mansanas ang binalatan, pinaghiwa, at pinutol
- 3 tasang brown sugar
- ¾ tasa ng tubig
- 6 na kutsarang mantikilya na nakabatay sa halaman
- 3 kutsarita ng asin
- 6 na kutsarang harina
- dagdag na plant-based na mantikilya para sa tuldok
- budburan ng kanela

MGA TAGUBILIN:
a) Painitin muna ang oven sa 350 degrees Fahrenheit.
b) Sa isang kasirola, pagsamahin ang lahat ng sangkap ng sarsa at dalhin sa isang malambot na pigsa; ang sauce ay magpapalapot at magko-convert sa caramel/gravy texture.
c) Ipamahagi ang mga mansanas nang pantay-pantay sa pagitan ng dalawang 9x13-inch na baking plate, pagkatapos ay takpan ng pantay na dami ng caramel sauce.
d) Ikalat ang plant-based na mantikilya sa ibabaw at iwiwisik ang cinnamon sa ibabaw.
e) Maghurno na may takip sa loob ng 1 oras, pagpapakilos pagkatapos ng 30 minuto.

69.Magpasalamat sa Pumpkin Pie

MGA INGREDIENTS:
- 30-ounce na lata ng Pumpkin Pie Mix
- ⅔ tasa ng Plant-based na Gatas
- 1 hindi pa nilulutong 9-inch na pie shell

MGA TAGUBILIN:
a) Painitin muna ang oven sa 425 degrees Fahrenheit.
b) Sa isang mixing bowl, pagsamahin ang pumpkin pie mix, at plant-based na gatas.
c) Ibuhos ang pagpuno sa pie shell.
d) Maghurno ng 15 minuto sa oven.
e) Itaas ang temperatura sa 350°F at maghurno ng isa pang 50 minuto.
f) Bigyan ito ng mahinang pag-iling upang makita kung ganap na itong lutong.
g) Palamigin ng 2 oras sa wire rack.

70.Holiday Pumpkin Trifle

MGA INGREDIENTS:
CAKE:
- 1 kahon na Spice Cake , dinurog gamit ang mga kamay
- 1 ¼ tasa ng tubig

PUDDING FILLING:
- 4 na tasang plant-based na gatas
- 4 na onsa ng butterscotch pudding mix
- 15-onsa na lata ng pumpkin mix
- 1½ kutsarita ng Pumpkin Spice
- 12 onsa light plant-based whipped cream

MGA TAGUBILIN:
a) Pagsamahin ang lahat ng sangkap ng cake sa isang 8-inch square baking pan at maghurno sa loob ng 35 minuto, o hanggang sa itakda.
b) Palamigin sa kalan o wire rack.
c) Sa isang mixing bowl, pagsamahin ang plant-based milk at puding mix.
d) Payagan ang pampalapot ng ilang minuto. Paghaluin nang maigi ang kalabasa at pampalasa.
e) Magsimula sa pamamagitan ng pagpapatong ng amingth ng cake , pagkatapos ay kalahati ng pumpkin mixtur e, pagkatapos ay isang ikaapat na bahagi ng cake, at kalahati ng plant-based na whipped cream
f) Ulitin ang mga layer
g) Palamutihan ng whipped topping at cake crumbs . Palamigin hanggang handa nang ihain

71. Pumpkin Dump Cake

MGA INGREDIENTS:
- 30-onsa pumpkin pie puree
- 2 itlog ng flax
- 1 lata ng plant-based milk
- ½ kahon ng dilaw na halo ng cake
- 1 tasa tinadtad na mga walnuts
- ½ tasang plant-based butter

MGA TAGUBILIN:
a) Painitin muna ang oven sa 350 degrees Fahrenheit.
b) Gamit ang mixer, pagsamahin nang husto ang pumpkin pie puree, at plant-based na gatas.
c) Ibuhos ang mga sangkap sa isang 11x7 o 8x8 na kawali.
d) Bahagyang whisk sa ½ kahon ng dry cake mix sa itaas.
e) Itaas ang tinadtad na mga walnut at ½ tasa ng tinunaw na mantikilya na nakabatay sa halaman.
f) Magluto ng halos 40 minuto.
g) Iwanan upang lumamig hanggang handa nang ihain.

72.Holiday Chia Pudding

MGA INGREDIENTS:
- 1 lata ng organic coconut milk at 1 lata ng tubig , pagsamahin d
- 8 kutsara ng chia seed
- ½ kutsarita ng organic vanilla extract
- 2 kutsarang brown rice syrup

MGA TAGUBILIN:
a) Paghaluin ang gata ng niyog, tubig, brown rice syrup, at chia seed sa isang mixing bowl.
b) Paghaluin ang lahat sa loob ng sampung minuto.
c) Palamigin ng 30 minuto bago ihain.
d) Ipasok ang 1 kutsarita ng ground vanilla o ½ kutsarita ng organic vanilla extract sa pinaghalong.
e) Kutsara sa mga mangkok ng panghimagas at budburan ng vanilla powder o sariwang giniling na nutmeg.
f) Ang pagpapa-upo dito magdamag ay nagbibigay ito ng solidong texture .

73.Butternut Squash Mousse

MGA INGREDIENTS:
- 2 tasang butternut squash, binalatan at ni-cube
- 1 tasang tubig
- 1 kutsarita ng lemon juice
- 1 tasang kasoy o pine nuts
- 4 na petsa - pitted & stems inalis
- ½ kutsarita ng kanela
- 1 kutsarita ng nutmeg
- 2 kutsarita ng organic vanilla extract

MGA TAGUBILIN:
a) Sa isang blender, pagsamahin ang lahat ng mga sangkap at timpla ng humigit-kumulang 5 minuto, o hanggang sa maayos na pinagsama.
b) Ilipat sa mga indibidwal na serving cup o isang malaking serving dish.
c) Maaari itong iwanan sa refrigerator sa magdamag, at ang mga lasa ay magsasama, na ginagawa itong mas maanghang.
d) Ibuhos ang maple syrup bago ihain.

74. Southern Sweet Potato Pie

MGA INGREDIENTS:
- 2 tasang binalatan, nilutong kamote
- ¼ tasa ng tinunaw na mantikilya na nakabatay sa halaman
- 1 tasang asukal
- 2 kutsarang bourbon
- ¼ kutsarita ng asin
- ¼ kutsarita ng giniling na kanela
- ¼ kutsarita ng giniling na luya
- 1 tasa ng plant-based na gatas

MGA TAGUBILIN:

a) Painitin ang hurno sa 350 degrees Fahrenheit.
b) Maliban sa plant-based na gatas, ganap na pagsamahin ang lahat ng sangkap sa isang electric mixer.
c) Idagdag ang gatas na nakabatay sa halaman at ipagpatuloy ang paghahalo kapag ang lahat ay ganap na pinagsama.
d) Ibuhos ang laman sa shell ng pie at maghurno ng 35–45 minuto, o hanggang sa malinis na lumabas ang isang kutsilyong inilagay malapit sa gitna.
e) Alisin mula sa refrigerator at payagan itong lumamig sa temperatura ng silid bago ihain.

75. Sweet Potato at Coffee Brownies

MGA INGREDIENTS:
- 1/3 tasa ng bagong timplang mainit na kape
- 1-onsa na walang tamis na tsokolate, tinadtad
- ¼ tasa ng langis ng canola
- ⅔ tasa ng katas ng kamote
- 2 kutsarita purong vanilla extract

MGA TAGUBILIN:
a) Painitin muna ang oven sa 350 degrees Fahrenheit.
b) Sa isang mangkok, pagsamahin ang kape at 1-onsa na tsokolate at itabi sa loob ng 1 minuto.
c) Sa isang mangkok ng paghahalo, pagsamahin ang mantika, katas ng kamote, katas ng vanilla, asukal, pulbos ng kakaw, at asin. Haluin hanggang ang lahat ay maayos na pinaghalo.
d) Pagsamahin ang harina at baking powder sa isang hiwalay na mangkok. Idagdag ang chocolate chips at haluing mabuti.
e) Gamit ang isang spatula, dahan-dahang pukawin ang mga tuyong sangkap sa mga basa hanggang sa pagsamahin ang lahat ng sangkap .
f) Ibuhos ang batter sa baking dish at maghurno sa loob ng 30–35 minuto, o hanggang sa malinis na lumabas ang isang toothpick na ipinasok sa gitna.
g) Payagan ang ganap na paglamig.

76. Holiday Souffle ng mais

MGA INGREDIENTS:
- 1 sibuyas
- 5 libra ng frozen na matamis na mais
- 6 tasang vegan Jack cheese , ginutay-gutay
- 1 kutsarita ng asin

MGA TAGUBILIN:
a) Sa isang kawali, igisa ang sibuyas sa langis ng oliba. Itabi.
b) Sa isang food processor, gilingin ang mais.
c) Pagsamahin at ihalo ang iba pang sangkap, kasama na ang ginisang sibuyas.
d) Ilagay sa isang 8x14 baking dish na nilagyan ng mantikilya .
e) Maghurno sa 375°F sa loob ng mga 25 minuto, o hanggang maging golden brown ang tuktok.

77. Cranberry Ice Cream

MGA INGREDIENTS:
CRANBERRY PUREE
- ¼ Tasa ng Tubig
- ¼ kutsarita ng Asin
- 12 oz Mga Sariwang Cranberry, nilinis at inayos
- 2 Tb Sariwang Pinipit na Orange Juice

SORBETES
- 1½ tasang plant-based heavy Cream
- 1½ tasang Plant-based na Gatas
- 1 tasang Asukal
- 1¼ tasa ng Cranberry Puree

MGA TAGUBILIN:
CRANBERRY PUREE:
a) Init ang tubig, asin, at cranberry sa loob ng 6-7 minuto sa katamtamang init .
b) Alisin sa init at itabi ng 10 minuto para lumamig.
c) Sa isang blender o food processor, katas ang cranberries at orange juice.
d) Palamigin ang cranberry puree sa loob ng ilang oras.

SORBETES
e) Pagsamahin ang plant-based cream, plant-based na gatas, asukal, at cranberry puree sa isang mixing bowl.
f) Sa isang ice cream machine, ihalo ang mga sangkap ayon sa mga direksyon ng gumawa.
g) Ilipat ang frozen mixture sa isang pinalamig na lalagyan ng ice cream.
h) I-freeze nang hindi bababa sa 4-6 na oras.
i) I-thaw sa refrigerator sa loob ng 5-10 minuto bago ihain.

78. Walnut Petite

MGA INGREDIENTS:
- 8 ounces ng plant-based cream cheese, pinalambot
- 1 tasang unsalted vegan butter, pinalambot
- 2 tasang all-purpose na harina
- 2 itlog ng flax
- 1½ tasang naka-pack na brown sugar
- 2 tasang tinadtad na mga walnuts

MGA TAGUBILIN:
a) Painitin muna ang oven sa 350 degrees Fahrenheit.
b) Gamit ang electric mixer, talunin ang plant-based cream cheese at butter hanggang makinis.
c) Salain ang harina at kaunting asin, pagkatapos ay haluin hanggang sa mabuo ang masa. Gupitin sa apat na masa at ilagay sa ref ng hindi bababa sa 1 oras, na nakabalot sa plastic wrap s .
d) Pagulungin ang bawat piraso ng kuwarta sa 12 bola at pindutin ang bawat bola sa ibaba at pataas sa mga gilid ng isang mini-muffin cup upang makagawa ng pastry shell. Palamigin hanggang handa nang gamitin.
e) Sa isang mixing bowl, haluin ang flax egg, brown sugar, at isang kurot ng asin hanggang makinis, pagkatapos ay tiklupin ang mga walnuts.
f) Maglagay ng 1 kutsarang filling sa bawat pastry shell
g) Maghurno sa mga batch sa gitna ng oven sa loob ng 25 hanggang 30 minuto, o hanggang sa ang pagpuno ay bumubula at ang pastry ay bahagyang ginintuang.
h) Ilipat sa isang cooling rack.

79. Holiday Karot Soufflé

MGA INGREDIENTS:
SOUFFLÉ:
- 2 libra sariwang karot, binalatan at pinakuluan
- ⅔ tasa ng asukal
- 6 na kutsarang matzoh meal
- 2 kutsarita ng vanilla
- 2 sticks ng plant-based butter, natunaw
- Dash ng nutmeg
- 6 na kutsarang brown sugar
- 4 tablespoons plant-based butter, natunaw

TOPPING:
- 1 tasa tinadtad na mga walnuts

MGA TAGUBILIN:
a) I-pure ang lahat ng sangkap ng soufflé sa isang food processor.
b) Iproseso hanggang makinis.
c) Maghurno ng 40 minuto sa isang greased 9x13 baking pan sa 350°F.
d) Idagdag ang topping at maghurno ng isa pang 5-10 minuto.

80. Pumpkin Flan

MGA INGREDIENTS:
- ¾ tasa ng asukal
- ½ kutsarita purong maple extract
- 2 kutsarita na gadgad na orange zest
- ½ kutsarita ng fleur de sel
- 1½ kutsarita ng giniling na kanela
- ½ kutsarita ng ground nutmeg
- 28-ounce na lata ng plant-based na gatas
- 1 tasang pumpkin puree
- ½ tasa Italian mascarpone
- 1 kutsarita purong vanilla extract t

MGA TAGUBILIN:
a) Sa isang mabigat na ilalim na kasirola, pagsamahin ang asukal, maple syrup, at tubig.
b) Magluto sa mahinang pigsa, paminsan-minsang hinahalo, sa loob ng 5-10 minuto, o hanggang ang timpla ay maging ginintuang kayumanggi at umabot sa 230°F.
c) Alisin ang kawali sa apoy, haluin ang fleur de sel, at ibuhos kaagad sa isang malaking bilog na kawali ng cake.
d) Sa isang mixing bowl, pagsamahin ang plant-based na gatas, pumpkin puree, at mascarpone; talunin sa mababang bilis hanggang makinis.
e) Talunin ang vanilla, maple extract, orange zest, cinnamon, at nutmeg nang magkasama sa isang mixing bowl.
f) Ibuhos ang pinaghalong kalabasa sa kawali na may karamelo nang dahan-dahan upang hindi sila maghalo.
g) Ilagay ang cake pan sa isang roasting pan at ibuhos ang sapat na mainit na tubig sa roasting pan upang makarating sa kalahati ng mga gilid ng cake pan.
h) Maghurno ng 70-75 minuto sa gitna ng oven, hanggang sa halos hindi na maitakda ang custard.
i) Alisin ang flan mula sa paliguan ng tubig at ganap na palamig sa isang cooling rack. Palamigin nang hindi bababa sa 3 oras.
j) Magpatakbo ng maliit na kutsilyo sa gilid ng flan.
k) I-flip ang cake pan sa ibabaw ng flat serving plate na may bahagyang labi, at ilabas ang flan sa plato. Ang karamelo ay dapat tumulo sa mga gilid ng flan.
l) Gupitin sa mga wedges at ihain na may isang kutsarang puno ng karamelo sa ibabaw ng bawat hiwa.

81. Kaserol ng Mais ng Bansa

MGA INGREDIENTS:
- 2 tasang butil ng mais
- 1 kutsarita ng asukal
- 1 kutsarita vanilla extract
- 1 kutsarita ng asin
- ¼ kutsarita ng itim na paminta
- 1 tasa ng plant-based na gatas
- 1 kutsarang plant-based butter, natunaw
- 2 kutsarang cracker crumbs

MGA TAGUBILIN:
a) Painitin muna ang oven sa 350°F.
b) Sa isang mangkok ng paghahalo, pagsamahin ang lahat ng mga sangkap.
c) Ibuhos sa isang ungreased 1-½-quart casserole dish.
d) Maghurno para sa 40-50 minuto, o hanggang sa ginintuang kayumanggi.

82. Cranberry Pecan Relish

MGA INGREDIENTS:
- 1 walang binhi na orange, gupitin sa mga tipak
- 1 mansanas, tinadtad at gupitin
- 2 tasang sariwang cranberry
- ½ tasang asukal
- ¼ tasang pecan

MGA TAGUBILIN:
a) Sa isang food processor, pagsamahin ang lahat ng mga sangkap.
b) Iproseso ng 1 hanggang 2 minuto, i-scrap ang mga gilid ng lalagyan kung kinakailangan, o hanggang makinis na tinadtad at ganap na pinaghalo.
c) Ihain kaagad, o palamigin hanggang handa nang ihain sa lalagyan na hindi tinatagusan ng hangin.

83.Potato Hash Cake

MGA INGREDIENTS:
- 2 tasang mashed patatas
- ¼ tasa tinadtad na sibuyas
- ¼ tasa tinadtad na berdeng paminta
- ¼ tasa ng tuyong mumo ng tinapay
- 1 kutsarita ng asin
- ¾ kutsarita ng itim na paminta
- ¼ kutsarita ng pulbos ng bawang
- ¼ kutsarita ng paprika
- ¼ tasa tinadtad na perehil
- ½ tasa ng langis ng gulay

MGA TAGUBILIN:
a) Sa isang pinaghalong b owl , haluin ang lahat ng sangkap maliban sa mantika.
b) Gumawa ng mga pancake mula sa pinaghalong.
c) Mag-init ng sapat na mantika upang malagyan ng kawali sa katamtamang init; magluto ng pancake sa bawat panig, magdagdag ng higit pang mantika kung kinakailangan, hanggang sa ginintuang kayumanggi, pagkatapos ay patuyuin sa mga tuwalya ng papel.
d) Ihain kaagad.

84. Apple Crunch Cobbler

MGA INGREDIENTS:
- 4 a mansanas , binalatan at hiniwa
- 2 tasa ng granola cereal, hinati
- ½ tasang gintong pasas
- ¼ tasa ng maple syrup
- ¼ tasang nakabalot na brown sugar
- 2 tablespoons plant-based butter, natunaw
- 1 kutsarita vanilla extract
- 1 kutsarita ng giniling na kanela
- ¼ kutsarita ng ground nutmeg
- 1/8 kutsarita ng giniling na mga clove
- 8 tasang plant-based vanilla ice cream

MGA TAGUBILIN:
a) Sa isang 4-quart slow cooker, dahan-dahang init ang mga mansanas.
b) Sa isang mangkok, pagsamahin ang granola cereal at ang susunod na 8 sangkap ; iwisik ang mga mansanas.
c) Magluto sa LOW sa loob ng 6 na oras, natatakpan.
d) Ihain ang mga mansanas sa ibabaw ng plant-based na vanilla ice cream.

85.Malapot na Amish Caramel Pie

MGA INGREDIENTS:
- 2 tasang light brown sugar
- 1 tasang tubig
- 1 kutsarang plant-based butter
- ¾ tasa ng all-purpose na harina
- ¾ tasa ng plant-based na gatas
- 1 kutsarita vanilla extract
- 9-inch na inihurnong pie crust
- 1 tasang pecan halves

MGA TAGUBILIN:
a) Pakuluan ang brown sugar, tubig, at mantikilya na nakabatay sa halaman sa isang kasirola sa katamtamang init; kumulo ng 3 hanggang 5 minuto, regular na pagpapakilos.
b) Sa isang mangkok, haluin ang harina, at gatas na nakabatay sa halaman .
c) Dahan-dahang idagdag ang pinaghalong harina sa kumukulong timpla sa loob ng 3 hanggang 5 minuto, madalas na pagpapakilos.
d) Alisin mula sa init, ihalo sa vanilla extract, at itabi upang palamig sa loob ng 5 minuto.
e) Ibuhos ang pagpuno sa isang lutong pie crust at itaas na may mga halves ng pecan.
f) Magtabi ng 30 minuto upang palamig bago palamigin ng 8 oras o magdamag.

86. Mga Dahon ng Taglagas

MGA INGREDIENTS:
- 1 rolled refrigerated pie crust
- 2 kutsarang plant-based butter, natunaw

MGA TAGUBILIN:
a) Painitin muna ang oven sa 350°F.
b) Gupitin ang mga hugis ng dahon mula sa pie crust gamit ang isang stencil , isang matalim na kutsilyo, o isang cookie cutter.
c) Magmarka ng mga linya sa mga ginupit na "dahon" gamit ang isang kutsilyo upang maging katulad ng mga ugat sa mga tunay na dahon, ngunit huwag gupitin ang crust.
d) Upang lumikha ng natural na curve sa panahon ng pagluluto, ilagay ang mga ginupit sa isang cookie sheet o i-drape sa ibabaw ng bunched-up na aluminum foil.
e) B bilisan ang mga ginupit na may tinunaw na mantikilya na nakabatay sa halaman.
f) Maghurno ng 3 hanggang 5 minuto, hanggang sa ginintuang .

87. Mag-ani ng Compote ng Prutas

MGA INGREDIENTS:
- 5 mansanas, gupitin sa 1-pulgada na tipak
- 3 peras, gupitin sa 1-pulgada na tipak
- 3 dalandan, binalatan at pinaghiwa-hiwalay
- 12-onsa na pakete ng mga sariwang cranberry
- 1½ tasang apple juice
- 1½ tasang naka-pack na light brown sugar

MGA TAGUBILIN:
a) Pagsamahin ang lahat ng sangkap sa isang palayok ng sabaw at pakuluan sa katamtamang init.
b) Bawasan ang init at lutuin, pana-panahong pagpapakilos, sa loob ng 10 hanggang 15 minuto, o hanggang malambot ang prutas.
c) Pagkatapos lumamig ang prutas, sandok ito sa isang lalagyan ng airtight at itago ito hanggang sa handa nang ihain.

88.Holiday cranberry pie

MGA INGREDIENTS:
- 2 pie crust
- 1 pakete gulaman; orange na lasa
- ¾ tasa Tubig na kumukulo
- ½ tasa katas ng kahel
- 8-onsa na lata ng jellied cranberry sauce
- 1 kutsarita Grated orange na balat
- 1 tasa Malamig na gatas na nakabatay sa halaman
- 1 pakete Jell-O instant pudding , French vanilla o vanilla flavor
- 1 tasa Cool Whip whipped topping
- Frosted cranberries

MGA TAGUBILIN:
a) Painitin muna ang oven sa 450°F
b) Pakuluan ang gelatin at i-dissolve ito. Ibuhos ang orange juice. Ilagay ang mangkok sa mas malaking mangkok ng yelo at tubig. Pahintulutan itong umupo ng 5 minuto, regular na pagpapakilos, hanggang sa bahagyang lumapot ang gelatin.
c) Idagdag ang sarsa ng cranberry at orange na balat at ihalo upang pagsamahin. Punan ang pie crust ng pagpuno. Palamigin ng humigit-kumulang 30 minuto, o hanggang itakda.
d) Ako sa isang mangkok, ibuhos ang kalahati at kalahati . Ihagis ang pie filling mix. W hisk hanggang ganap na halo-halong.
e) Itabi ng 2 minuto, o hanggang medyo lumapot ang sauce. Panghuli, tiklupin ang whipped topping.
f) Dahan-dahang ikalat ang gelatin mixture sa ibabaw. Palamigin ng 2 oras o hanggang matigas.
g) Kung gusto, itaas na may higit pang whipped topping at Frosted Cranberries.

89.Makikinang na Cranberry

MGA INGREDIENTS:
- 1 tasa purong maple syrup
- 2 tasang sariwang cranberry
- 1 tasang asukal
- Parchment paper

MGA TAGUBILIN:
a) Magluto ng maple syrup sa loob ng 1 hanggang 2 minuto sa isang kasirola sa medium-low heat.
b) Alisin ang apoy at ihalo ang mga cranberry.
c) Palamigin ng 8 hanggang 12 oras, natatakpan.
d) D umulan ng cranberries.
e) Ihagis ang 4 hanggang 5 cranberry sa asukal nang paisa-isa, dahan-dahang ihagis upang mabalot.
f) Ilagay ang cranberries sa isang layer sa isang baking sheet na pinahiran ng parchment paper at itabi upang matuyo nang buo.

90. Vegan Pumpkin cake

MGA INGREDIENTS:
- 2 tasang blanched almond flour
- ½ tasa ng flaxseed meal
- 2 kutsarita ng giniling na kanela
- ilang patak ng stevia
- ½ kutsarita mababang sodium salt
- 1 tasang pumpkin purée
- 1 kutsarang vanilla extract

MGA TAGUBILIN:
a) Pagsamahin ang almond flour, flaxseed meal, cinnamon, at low-sodium salt
b) Sa isang hiwalay na mangkok, haluin ang kalabasa, at vanilla extract .
c) Pagsamahin ang tuyo at basa na mga sangkap upang bumuo ng isang batte r.
d) Ilagay ang batter sa isang may linyang kawali .
e) Maghurno sa 350°F sa loob ng 25 minuto.

91.P umpkin cream

MGA INGREDIENTS:
- 1 tasang kalabasa
- 1 kutsarita ng giniling na kanela
- ¼ kutsarita ng giniling na luya
- 2 kurot ng bagong gadgad na nutmeg
- kurot ng asin
- 1 tasang gata ng niyog
- 8-10 patak ng likidong stevia
- 1 kutsarita ng organic vanilla extract

MGA TAGUBILIN:
a) Painitin muna ang iyong oven sa 350ºF.
b) Paghaluin ang kalabasa at pampalasa sa a mangkok.
c) Paghaluin ang iba pang mga sangkap hanggang sa ganap na pinagsama.
d) Ilipat ang timpla sa 6 na ramekin.
e) ilagay ang mga tahong sa isang kaserol,
f) Magdagdag ng tubig sa kaserol sa paligid ng ramekin.
g) Maghurno ng hindi bababa sa 1 oras.

92. Chocolate-candy cheesecake

MGA INGREDIENTS:
- 9-onsa na kahon ng chocolate wafer cookies; durog
- ¼ tasa ng Asukal
- ¼ tasa plant-based na mantikilya; natunaw
- 2 Chocolate coated caramel-peanut nougat bar; tinadtad nang magaspang
- 2 pack ng plant-based cream cheese; lumambot
- ½ tasang Asukal
- ¾ tasa semisweet chocolate chips; natunaw
- 1 kutsarita ng Vanilla
- nakabatay sa halaman Whipped cream

MGA TAGUBILIN:
a) Pagsamahin ang unang 3 sangkap; pindutin ang paghaluin nang pantay-pantay sa ibaba at 1-½" pataas na gilid ng 9" springform pan.
b) Iwiwisik nang pantay-pantay ang mga tinadtad na nougat bar sa ilalim; itabi.
c) Talunin ang cream cheese na nakabatay sa halaman sa mataas na bilis gamit ang isang mixer hanggang sa ito ay magaan at malambot.
d) Dahan-dahang magdagdag ng asukal, ihalo nang mabuti.
e) Gumalaw sa chocolate chips at vanilla; haluin hanggang maghalo. Kutsara sa ibabaw ng layer ng kendi. Maghurno sa 350° sa loob ng 30 minuto.
f) Alisin mula sa oven at magpatakbo ng kutsilyo sa paligid ng mga gilid ng kawali upang palabasin ang mga gilid.
g) Hayaang lumamig sa temperatura ng silid sa isang wire rack.
h) Takpan at palamigin nang hindi bababa sa 8 oras.
i) Upang maghatid, alisin ang cheesecake mula sa kawali ; pipe o dollop plant-based whipped cream sa itaas.

MGA INUMAN

93. Christmas carol punch

MGA INGREDIENTS:
- 2 medium na pulang mansanas
- Mga hiwa ng orange
- 2 kutsarita Buong clove
- ½ tasang pasas
- 8 cinnamon sticks
- ¼ tasa ng lemon juice
- 2 quarts Clear apple cider
- Mga hiwa ng lemon

MGA TAGUBILIN:
a) Core mansanas, hiwain sa ½ pulgadang singsing.
b) Sa Dutch oven, pagsamahin ang cider, cinnamon, cloves, apple rings, at raisins.
c) Dalhin sa isang pigsa; bawasan ang init at kumulo ng 5 hanggang 8 minuto o hanggang sa lumambot lang ang mansanas.
d) Magdagdag ng mga hiwa ng orange at lemon at lemon juice.
e) Ibuhos sa isang punch bowl.
f) Sandok sa malalaking mug, kabilang ang isang apple ring, ilang mga pasas, pampalasa, at mga hiwa ng citrus sa bawat paghahatid.
g) Ihain gamit ang mga kutsara.
h) Kung ang panahon ay napakalamig, magdagdag ng ilang brandy, o magdagdag pa rin ng brandy.

94.Matamis na tsaa

MGA INGREDIENTS:
- 1 gallon na tubig na kumukulo
- 3 family-size na black tea bag
- 2½ tasa ng butil na asukal
- ¼ kutsarita ng baking soda
- Mga dahon ng mint, para sa dekorasyon

TAGUBILIN :
a) Ibuhos ang mainit na tubig sa isang pitsel, pagkatapos ay idagdag sa mga bag ng tsaa.
b) Hayaang umupo ang mga bag ng tsaa ng 15 hanggang 20 minuto, pagkatapos ay alisin ang mga ito.
c) Ibuhos ang asukal at baking soda. Haluin hanggang matunaw ang asukal at baking soda.
d) Takpan ang tsaa at palamigin hanggang sa maging maganda at malamig mga 2 oras.
e) Palamutihan ng mint bago ihain.

95.Sariwang Pinisil na Lemonade

MGA INGREDIENTS:
- Juice mula sa 8 malalaking lemon
- 6 tasang tubig
- 1¼ tasa ng butil na asukal
- 1 lemon, hiniwa

TAGUBILIN :
a) Sa isang malaking pitsel, pagsamahin ang lemon juice sa tubig at asukal.
b) matunaw ang asukal . Palamigin hanggang malamig, mga 1 oras.
c) Ibuhos ang limonada sa yelo, at magdagdag ng hiwa ng lemon sa bawat baso bago ihain.

96. Blackberry Wine Slushies

MGA INGREDIENTS:
- 3 tasa ng frozen na blackberry
- 1 bote ng Blackberry Merlot
- ¼ tasa ng pulbos na asukal
- Mga dahon ng mint, para sa dekorasyon

TAGUBILIN :
a) Ilagay ang mga blackberry sa isang blender at ibuhos ang merlot.
b) Iwiwisik ang powdered sugar.
c) Haluin ang lahat hanggang sa maging maganda at makinis.
d) Palamutihan ng mint.

97.Citrus Sangria

MGA INGREDIENTS:
- 750-milliliter na bote ng matamis na Moscato
- 1½ tasang pineapple juice
- 1 tasa puting rum
- 1 tasang mga tipak ng pinya
- 2 kalamansi, hiniwa
- 2 dalandan, hiniwa

TAGUBILIN :
a) Pagsamahin ang lahat ng mga sangkap sa isang pitsel at ihalo.
b) Palamigin nang hindi bababa sa 2 oras bago ihain.

98. Pakwan Margaritas

MGA INGREDIENTS:
- 2 tasang tubig
- 1 tasa ng butil na asukal
- 1½ tasa ng sariwang kinatas na katas ng kalamansi
- 8 tasa na walang seedless watermelon cubes, frozen
- 1 tasang pilak na tequila
- ½ tasa triple sec
- Coarse salt, para sa rims
- Mga hiwa ng pakwan, para sa paghahatid
- Lime wedges, para sa paghahatid

TAGUBILIN :

a) Sa isang katamtamang kasirola sa katamtamang init, pagsamahin ang tubig, asukal, at katas ng kalamansi. Haluin hanggang ang asukal ay ganap na matunaw . Patayin ang apoy at hayaang lumamig ang syrup.

b) Idagdag ang pinalamig na syrup, pakwan, tequila, at triple sec sa isang blender. Haluin hanggang sa maging maganda at makinis ang lahat.

c) Basain ang mga gilid ng iyong baso, pagkatapos ay asinin ang mga ito. Ibuhos ang margaritas at magdagdag ng lime wedge at pakwan slice sa bawat isa sa mga baso bago ihain.

99.Pineapple Mimosas

MGA INGREDIENTS:
- 750-milliliter na bote ng sparkling white wine
- 2 tasang pineapple juice
- ½ tasa ng orange juice
- Mga hiwa ng orange, para sa paghahatid
- Mga hiwa ng pinya, para sa paghahatid

TAGUBILIN :
a) Pagsamahin ang sparkling white wine, pineapple juice, at orange juice.
b) Haluin hanggang sa maayos na pinagsama.
c) Punan ang mga baso ng champagne at magdagdag ng mga hiwa ng prutas sa mga gilid bago ihain.

100.Fruit Punch

MGA INGREDIENTS:
- 6 tasang fruit punch
- 3 tasang pineapple juice
- 2 tasang peach schnapps
- 2 tasang puting rum
- 1 tasa ng lemon-lime soda
- ¼ tasa ng katas ng kalamansi
- 2 maliit na kalamansi, hiniwa at nagyelo
- 1 malaking orange, hiniwa at nagyelo

TAGUBILIN :
a) Pagsamahin ang fruit punch, pineapple juice, peach schnapps, rum, soda, at lime juice sa isang malaking pitsel.
b) Haluin hanggang maayos, pagkatapos ay takpan at palamigin hanggang sa lumamig at lumamig.
c) Ibuhos ang fruit punch sa isang malaking punch bowl, pagkatapos ay idagdag ang frozen na prutas.
d) Ihain at magsaya!

KONGKLUSYON

Habang tinatapos namin ang aming maligaya na paglalakbay sa pamamagitan ng "ANG PINAKAMAHUSAY VEGAN BAKASYON," umaasa kaming naranasan mo ang kagalakan ng paglikha ng mga salo-salo na pinapagana ng halaman na nagdiriwang ng kasaganaan, lasa, at kasaganaan ng pagluluto ng vegan holiday. Ang bawat recipe sa loob ng mga page na ito ay isang pagdiriwang ng pakikiramay, pagkamalikhain, at ang masasarap na posibilidad na dinadala ng mga sangkap na nakabatay sa halaman sa iyong festive table—isang testamento sa masaya at di malilimutang mga kapistahan ng vegan holiday season.

mo man ang init ng mga klasikong holiday roast, tinanggap ang pagkamalikhain ng mga appetizer na pinapagana ng halaman, o nasiyahan sa mga palabas na panghimagas, nagtitiwala kami na ang mga recipe na ito ay nagpasiklab sa iyong pagkahilig sa pagluluto ng vegan holiday. Higit pa sa mga sangkap at diskarte, nawa'y ang konsepto ng "ANG PINAKAMAHUSAY VEGAN BAKASYON" ay maging mapagkukunan ng inspirasyon, pagdiriwang, at isang patunay ng kagalakan na dulot ng bawat paggawa ng maligaya na pinapagana ng halaman.

Habang patuloy mong ginalugad ang mundo ng pagluluto ng vegan holiday, nawa'y ang cookbook na ito ang iyong mapagkakatiwalaang kasama, na gagabay sa iyo sa iba't ibang mga recipe na nagpapakita ng yaman at versatility ng plant-powered cuisine. Narito ang sarap sa saya ng vegan holiday feasting, paglikha ng mga di malilimutang pagkain, at pagtanggap sa sarap na kasama ng bawat pagdiriwang na pinapagana ng halaman. Maligayang pagluluto at maligayang bakasyon!

www.ingramcontent.com/pod-product-compliance
Lightning Source LLC
Chambersburg PA
CBHW071849110526
44591CB00011B/1358